ദൈവത്തിന്റെ മണവാട്ടികൾ

മീര, തെരേസ, റാബിയ

daivathinte manavattikal
meera, theresa, rabia

•

e m hashim

•

first edition
october 2015

•

typesetting & published
chintha publishers, thiruvananthapuram

•

•

cover
suresh

•

വിതരണം

ദേശാഭിമാനി ബുക്ക് ഹൗസ്

H O തിരുവനന്തപുരം-695 035
phone: 0471-2303026, 6063026
www.chinthapublishers.com
chinthapublishers@gmail.com

ബ്രാഞ്ചുകൾ

ഹെഡ്ഡാഫീസ് ബ്രാഞ്ച് കുന്നുകുഴി • സ്റ്റാച്യു തിരുവനന്തപുരം • കെ എസ് ആർ ടി സി ബസ് സ്റ്റേഷൻ ആലപ്പുഴ • കെ എസ് ആർ ടി സി ബസ് സ്റ്റേഷൻ എറണാകുളം • മച്ചിങ്ങൽ ലെയ്ൻ തൃശൂർ • ഐ ജി റോഡ് കോഴിക്കോട് • മാവൂർ റോഡ് കോഴിക്കോട് • എൻ ജി ഒ യൂണിയൻ ബിൽഡിങ് കണ്ണൂർ • സെൻട്രൽ ബസ് ടെർമിനൽ കോംപ്ലക്സ് താവക്കര കണ്ണൂർ

CO - 2256 / 3739

ദൈവത്തിന്റെ മണവാട്ടികൾ

മീര, തെരേസ, റാബിയ

ഇ എം ഹാഷിം

ചിന്ത പബ്ലിഷേഴ്സ്
തിരുവനന്തപുരം-695 035

ഇ എ ഹാഷിം

കണ്ണൂരിലെ ആദി കടലായിൽ കരേരാട്ട് മൊയ്തുവിന്റെയും ഇടപ്പകത്ത് ആയിശ്ശുബിയുടെയും ഏഴാമത്തെ മകനായി ജനനം. പതിനാലു വയസ്സുമുതൽ പ്രവാസ ജീവിതം.
ദുബായിലെ ആദ്യ ഇംഗ്ലീഷ് ദിനപത്രമായ കലീജ് ടൈംസ്, വാൾട്ട് ഡിസ്നിയുടെ മിക്കിമാഗസിൻ (അറബിക്), ഗൾഫ് ടുഡേ ദിനപത്രം എന്നിവയിലും വേൾഡ് ട്രേഡ് എക്സിബിഷൻ കമ്പനിയിലും പ്രവർത്തിച്ചിട്ടുണ്ട്. ചിസ്തി സൂഫി സംവാദ സദസ്സിൽ സ്ഥിരാംഗമാണ്. ഇറാനിലെയും തുർക്കിയിലെയും അജ്മീറിലെയും സമ (സംഗീത സദസ്സ്)കളിൽ പങ്കെടുക്കാറുണ്ട്. നിരന്തരമായി യാത്ര ചെയ്യുന്നു. ആനുകാലികങ്ങളിൽ എഴുതാറുണ്ട്. പ്രശസ്തരായ വിദേശ പത്രപ്രവർത്തകരെയും ധിഷണാശാലികളെയും മിസ്റ്റിക്കുകളെയും ഇന്റർവ്യൂ ചെയ്തിട്ടുണ്ട്. നോവൽ, കഥ, പഠനങ്ങൾ, അഭിമുഖങ്ങൾ എന്നീ മേഖലകളിൽ കൃതികൾ പ്രസിദ്ധീകരിച്ചിട്ടുണ്ട്.
ചിന്ത പബ്ലിഷേഴ്സ് പ്രസിദ്ധീകരിക്കുന്ന ആദ്യ പുസ്തകമാണ് *ദൈവത്തിന്റെ മണവാട്ടികൾ*.

ഉള്ളടക്കം

പ്രസാധകക്കുറിപ്പ്

ആത്മീയതയുടെ ഉയർന്നതലങ്ങളിൽ മനുഷ്യജീവിതത്തിന് സൗന്ദര്യവും ദീപ്തിയും നല്കി മൺമറഞ്ഞുപോയ മഹാവ്യക്തിത്വങ്ങളുണ്ട്. ചരിത്രവും മിത്തും ഇടകലർന്ന അവരുടെ ജീവിതം അവർ ജീവിച്ച സവിശേഷ കാലഘട്ടങ്ങളുടെ പ്രതിഫലനങ്ങൾ കൂടിയാണ്. കേവല ഭൗതികതയ്ക്കപ്പുറം നിലകൊള്ളുന്ന സംഘർഷാത്മകമായ ആത്മീയത ആധുനികതത്ത്വചിന്തയ്ക്ക് മഹത്തായ സംഭാവനകൾ നല്കിയിട്ടുണ്ട്. മീരയും റാബിയയും തെരേസയും പ്രണയത്തിന് സ്വയം സമർപ്പിച്ചവരാണ്.

ജീവിതവും കാലവും അടയാളപ്പെടുത്തുകയാണ് ഇ എം ഹാഷിം, ഈ കൃതിയിൽ. ഒപ്പം മിസ്റ്റിസിസത്തെപ്പറ്റി ഗഹനമായ പഠനവും.

വായനയുടെ പുതിയ ആകാശങ്ങൾ തേടുന്നവർക്ക് ഈ കൃതി ഏറെ ആസ്വാദ്യകരമായിരിക്കും.

ചിന്ത പബ്ലിഷേഴ്സ്

നന്ദി

ഇങ്ങനെയൊരു പുസ്തകമെഴുതാനുണ്ടായ കാരണങ്ങളിലൊന്ന് യാത്രകളാണ്. സഹതാപവും കാരുണ്യവും സ്നേഹവും ഉള്ള കുറച്ചുപേർ അവരുടെ അനുഭവങ്ങളുടെ കുട നിവർത്തിയപ്പോൾ ഞാനതിനുള്ളിൽ കൂടി. അതിലൊരാളാണ് ഖത്തറിലെ അബ്ദുൽ വാഹദ് അൽ മൗലവി. അദ്ദേഹമാണ് *മിസ്റ്റിക്കൽ എക്സ്പീരിയൻസസ്* എന്ന വളരെ പഴയ പുസ്തകം തന്നത്. ലോകത്തിലെ നിരവധി മിസ്റ്റിക്കുകളെ പ്രതിപാദിക്കുന്ന ആ ഗ്രന്ഥത്തിലെ ഒരദ്ധ്യായത്തിലാണ് സ്ത്രീ മിസ്റ്റിക്കുകളെക്കുറിച്ചുള്ള പഠനം വായിച്ചത്. അതിൽ നിന്ന് ലഭ്യമായ അറിവുവെച്ച് കുറച്ചു പുസ്തകങ്ങൾ വായിച്ചു, സ്ഥലങ്ങൾ സന്ദർശിച്ചു. അനുഭവങ്ങളുടെ മേച്ചിൽപ്പുറങ്ങളിലൂടെ സഞ്ചരിക്കാൻ കഴിഞ്ഞു. അതൊക്കെ ഈ കൃതിക്ക് ഇന്ധനം നല്കി.

അബ്ദുൽ വാഹദ് അൽ മൗലവിക്കും ഒപ്പമുള്ള ആത്മമിത്രങ്ങൾക്കും നന്ദി.

മൺമറഞ്ഞുപോയ മീരാബായി, സെന്റ് തെരേസ,
റാബിയ അൽ അദവ്വിയ്യ എന്നീ മഹദ് വനിതകൾക്കും
അവർക്കു ശേഷം വിട്ടുപിരിഞ്ഞ പ്രിയപ്പെട്ട അമ്മയ്ക്കും
സഹോദരിക്കും ഈ പുസ്തകം സമർപ്പിക്കുന്നു

ഹൃദയവിശുദ്ധിയിൽ അലിഞ്ഞില്ലാതായ ജീവിതങ്ങൾ

യുക്തിയുക്തതയ്ക്കുമപ്പുറം വിരാജിക്കുന്ന ഒരു മഹസ്സുണ്ട്. ഹൃദയവിശുദ്ധിയാൽ സ്ഫുടം ചെയ്തെടുത്ത ആത്മാവിന്റെ ആവാസ സ്ഥാനം. ആ മഹനീയതയിൽ ആമഗ്നമാവുകയെന്നത് അജ്ഞാതമായ സ്രോതസ്സിന്റെ കനിവുകൊണ്ടുമാത്രം സംഭവിക്കുന്നതാണ്. ഒരു മനുഷ്യന് അനുഭവിക്കാവുന്ന ഏറ്റവും മഹത്തായ ആ അനുഭൂതിയുടെ തേനിമ നുകരാൻ ഭാഗ്യം ലഭിക്കുകയെന്നത് അസുലഭമായ ഒരവസരമാണ്. ബോധപൂർവ്വമുള്ള പരിശ്രമത്തിനപ്പുറം ഏതോ കാരുണ്യത്തിന്റെ ഉൾത്തള്ളലാൽമാത്രം വന്നുചേരുന്ന അന്തർദ്ദാഹം ഒരാത്മാവിനെ നയിച്ചുകൊണ്ടുപോയി ആ വിശുദ്ധിയിൽ എന്നെന്നേക്കുമായി അലിയിപ്പിക്കുന്ന യാത്ര ആദരവോടെയും ഏതാണ്ടൊരു ആശ്ചര്യത്തോടെയും മാത്രമേ നമുക്ക് വായിക്കാനാവൂ.

കോടാനുകോടി ജനങ്ങളിൽ വിരലിലെണ്ണാവുന്നവർക്കുമാത്രം സംഭവിച്ചിട്ടുള്ള ആ ലയനത്തിന്റെ തത്ത്വം തലനാരിഴകീറി വിശകലനം ചെയ്യുന്നതിനേക്കാൾ എത്രയോ പ്രയോജനകരമാണ് അങ്ങനെയുള്ളവരുടെ ജീവിതയാത്രാനുഭവങ്ങൾ കേൾക്കുകയെന്നത്! ജീവിതത്തിന്റെ ഏറിമാറിത്തിരിയലുകളിൽ ഇഴഞ്ഞും നീന്തിയും മുടന്തിയും നിവർന്നും നോവിന്റെയും നനവിന്റെയും തട്ടും തലോടലും ഏറ്റുവാങ്ങിയും അവരങ്ങനെ ഒഴുകി നീങ്ങുമ്പോൾ ആ കാരുണ്യഹസ്തങ്ങൾ അവരെ അവർപോലുമറിയാതെ ലക്ഷ്യത്തിലേക്ക് സംരക്ഷിച്ചുകൊണ്ടുപോകുന്നത് നമുക്കു കാണാനാവും. ആ കാഴ്ചയാണ് നമ്മുടെ അകക്കണ്ണുകളെ ഈറനണിയിക്കുക. ദൈവമേ എന്നു നാം അറിയാതെ വിളിച്ചുപോകും. ജീവിതമെന്നത് നിഗൂഢമായ ഒരു പ്രവാഹമാണെന്നും നാമെല്ലാം അതിലെ വെറും പൊങ്ങുതടികളാണെന്നും തിരിച്ചറിയുന്ന

ആ ഉദാത്തമായ നിമിഷങ്ങളാണ് ഇത്തരം ജീവിതങ്ങൾ നമുക്കു സമ്മാനിക്കുന്ന അനുഗ്രഹങ്ങൾ.

പൂർണ്ണമായും പുരുഷകേന്ദ്രീകൃതമാണ് മനുഷ്യസമൂഹം. സമത്വത്തിന്റെയും സാഹോദര്യത്തിന്റെയും വചനങ്ങൾക്ക് ഒരു കാലത്തും ഒരു കുറവും ഉണ്ടായിട്ടില്ലെങ്കിലും സ്ത്രീ എന്നും അടിച്ചമർത്തപ്പെട്ടവൾതന്നെയായിരുന്നു. ഇന്നും അതിന് കാര്യമായ മാറ്റമൊന്നും വന്നിട്ടില്ല. അങ്ങനെയുള്ള ഒരു സമൂഹത്തിൽനിന്ന് സർവ്വതന്ത്രസ്വാതന്ത്ര്യത്തിന്റെ വിഹായസ്സിലേക്ക് പറന്നുയർന്ന ആത്മാക്കളിൽ സ്ത്രീകളും ഉൾപ്പെട്ടിരുന്നു എന്നു കേൾക്കുമ്പോൾ നാം അമ്പരന്നുപോകും. നിലനിന്നിരുന്ന വിശ്വാസപ്രമാണങ്ങളെയും ആചാരാനുഷ്ഠാനങ്ങളെയും മൂല്യപരിവർത്തനത്തിനു വിധേയമാക്കി വിപ്ലവകരമായ ജീവിതം നയിച്ചവരായിരുന്നു അവരിൽ പലരും എന്നറിയുമ്പോൾ നമുക്കു വിശ്വസിക്കാൻപോലുമാവില്ല. ക്രൂരമായ പുരുഷാധിപത്യത്തിന്റെ ലോകത്തിലൂടെ മീരയും തെരേസയും റാബിയയും സഞ്ചരിച്ച കഥ ഹൃദയാവർജ്ജകമായ ഭാഷയിൽ ഇ എം ഹാഷിം വിവരിക്കുമ്പോൾ നമ്മുടെ കണ്ണുകൾ നിറഞ്ഞൊഴുകും. ഹൃദയം വിരിയും. ആത്മാവ് കോരിത്തരിക്കും. മനുഷ്യവർഗ്ഗത്തിന്റെ പ്രത്യേകിച്ച് പുരുഷവർഗ്ഗത്തിന്റെ നിയന്ത്രണത്തിലല്ല ലോകം ചരിക്കുന്നതെന്ന അറിവ് ശക്തമാവും. എല്ലാ പ്രതിസന്ധികളെയും അതിജീവിച്ച് ദൈവത്തിന്റെ ഹൃദയത്തിലേക്ക് പറന്നുയരുന്ന ഈ മണവാട്ടികളുടെ ഹൃദയവിശുദ്ധിയിൽ നാമും അലിഞ്ഞുചേരും.

സൗമ്യവും ശാന്തവും എന്നാൽ തീക്ഷ്ണവുമായ ശൈലിയിൽ അദ്ദേഹം ഈ മണവാട്ടികളെ നമുക്കു മുമ്പിൽ അവതരിപ്പിക്കുമ്പോൾ നാം പോലുമറിയാതെ അവർ ഈ ഹൃദയത്തിൽ നിത്യവാസികളായി മാറുന്നു. അവർ നമ്മെ വിടാതെ പിന്തുടരുന്നു. അവരുടെ സാന്നിദ്ധ്യം കുളിർനിറഞ്ഞ അഗ്നിയായി ഹൃദയത്തിൽ പടരുന്നു. എളിമയാൽ ഹൃദയം നമസ്കരിച്ചു പോകുന്നു. നന്ദി പറഞ്ഞു പോകുന്നു. ഇങ്ങനെയുള്ള കൃതികൾ ഇനിയുമിനിയും അദ്ദേഹത്തിന്റെ ഹൃദയത്തിൽനിന്നും വിരിഞ്ഞു വരട്ടെയെന്ന് നാം പ്രാർത്ഥിച്ചുപോകുന്നു. നിഷ്കളങ്കതയുടെ അഗ്നിയിൽ സ്വയം അലിഞ്ഞലിഞ്ഞില്ലാതായ ദൈവത്തിന്റെ മണവാട്ടികളുടെ അനുഗ്രഹം നമ്മിലേവരിലും വർഷിക്കപ്പെടട്ടെ എന്ന പ്രാർത്ഥനയോടെ ഈ വിശിഷ്ടകൃതിയിലേക്ക് വായനക്കാരെ സ്വാഗതം ചെയ്യുന്നു.

സ്നേഹാദരങ്ങളോടെ

ഷൗക്കത്ത്

ഭാഗം ഒന്ന്

മീര

ദൈവിക പ്രണയത്തിൽ നിമഗ്നമായി ജീവിക്കുമ്പോൾ
തീവ്രമായ വേദന അനുഭവിക്കേണ്ടിവരുമെന്ന്
മുൻകൂട്ടി അറിഞ്ഞിരുന്നുവെങ്കിൽ
പ്രേമത്തിലകപ്പെട്ടവർ വരുമ്പോൾ
തെരുവിൽ ചെന്നുനിന്ന് ചെണ്ടകൊട്ടിപ്പറഞ്ഞേനെ:
"തീവ്രമായ വേദന നിങ്ങളെ കാത്തിരിപ്പുണ്ട്;
ശ്രദ്ധിച്ചുമാത്രം ഈ വഴി വരിക."

-മീരാബായി

നന്ദി.

ഏതു മിസ്റ്റിക്കിന്റേയും എന്ന പോലെ മീരയുടെ ജന്മത്തെക്കുറിച്ചും വിഭിന്നങ്ങളായ അഭിപ്രായങ്ങളാണ് ഉള്ളത്. 1499 നും 1504 നും ഇടയിലായിരിക്കും അവരുടെ ജനനമെന്നാണ് നിരൂപിക്കാനാവുന്നത്. രാജസ്ഥാനിലെ കർക്കിയിലാണു ജനനമെന്നും അതല്ല ചൗക്കരി ഗ്രാമത്തിലാണെന്നും അഭിപ്രായമുണ്ട്.

വളരെ ചെറുപ്പത്തിൽത്തന്നെ മാതാവ് നഷ്ടമായ മീര പിതാവ് രത്തൻ സിങ്ങിന്റെ കൂടെയായിരുന്നു താമസം. അദ്ദേഹം വേറൊരു സ്ത്രീയെ വിവാഹം ചെയ്തതായി ചിലയിടങ്ങളിൽ രേഖപ്പെടുത്തിയിട്ടുണ്ടെങ്കിലും അവയ്ക്കു ചിലർ വലിയ പ്രാധാന്യം കൊടുത്തതായി കാണുന്നില്ല. മീരയുടേത് വലിയ പ്രഭുകുടുംബമായിരുന്നു. പ്രഭുക്കന്മാരുടെ ജീവിതത്തിൽ ഒന്നിലധികം ഭാര്യമാരുണ്ടാവുക സ്വാഭാവികം മാത്രം. ജോദ്പൂർ രാജാവിന്റെ കുടുംബമായിരുന്നു മീരയുടേത്. വല്യച്ഛന്റെ സ്നേഹസമൃദ്ധിയിലാണ് മീര ചെറുപ്പകാലം കഴിച്ചുകൂട്ടിയത്. പിതാവിന്റെ മൂത്ത സഹോദരൻ വിക്രം ദോ, ജോദ്പൂർ രാജഭരണം

ഏറ്റെടുക്കുകയും രാജ്യത്ത് ചില പരിഷ്കാരങ്ങൾ വരുത്തുകയും ചെയ്ത് പ്രശസ്തനായി. മീരയോട് അദ്ദേഹത്തിന് പ്രത്യേക വാത്സല്യം ഉണ്ടായിരുന്നു. അങ്ങനെ മീര ശില്പനിർമ്മാണം, സംഗീതം, ധനുർവ്വേദം, വാൾപയറ്റ്, തോക്കുപയോഗം, രഥമോടിക്കൽ ഇവയൊക്കെ പഠിച്ചു.

മുത്തച്ഛന്റെ കൂടെ കഴിഞ്ഞിരുന്ന കാലത്തുതന്നെ മീരയിൽ പ്രണയത്തിന്റെ നാമ്പുകൾ മുളച്ചിരുന്നു. അഞ്ചു വയസ്സുണ്ടായിരുന്നപ്പോൾ ശ്രീകൃഷ്ണരൂപം അവളുടെ മനസ്സിൽ കയറിപ്പറ്റി. അതൊരു ദേവനായി വളർന്നിരുന്നില്ലെങ്കിലും, ശ്രീകൃഷ്ണ സങ്കല്പ സൗകുമാര്യത്തിന്റെ ശീതളിമ ആ കുരുന്നുമനസ്സിൽ ലാളനമേല്പിച്ചിരുന്നു. ചെറുപ്പകാലത്ത് മനസ്സിൽ പ്രതിഷ്ഠിക്കപ്പെടുന്ന ബിംബങ്ങൾ പിന്നീടുള്ള കാലത്ത് രൂഢമൂലമാവുക ചിലരിൽ സ്വാഭാവികമാണ്. വല്യച്ഛന്റെ മടിയിലിരുന്നു കേട്ട ശ്രീകൃഷ്ണകഥകളും കേട്ട കവിതകളും കണ്ട ശിലാരൂപങ്ങളും കൂടുതൽകൂടുതൽ വർണ്ണഭംഗിയുള്ളതായിത്തീരുകയും, പതുക്കെപ്പതുക്കെ ശ്രീകൃഷ്ണരൂപം അവളുടെ ഹൃദയത്തിലെ ജീവിക്കുന്ന യാഥാർത്ഥ്യമായിത്തീരുകയുമാണുണ്ടായത്. അതുകാരണം അക്കാലത്ത് മറ്റുള്ളവർ ആരാധിച്ചിരുന്ന ദൈവികരൂപങ്ങൾ മീരയിൽ സ്വാധീനം ചെലുത്തിയില്ല. കാർവർണ്ണന്റെ ഹൃദയമിടിപ്പുകളും പുഞ്ചിരിയും പ്രേമലഹരിയും തനിക്കുള്ളതായിത്തീരുകയാണെന്ന് മീര അറിഞ്ഞു. തന്റെയുള്ളിലെ അനിർവ്വചനീയവും അഗാധവുമായ പൊരുളിലേക്കുള്ള കവാടം ആ പ്രേമസ്വരൂപൻ തുറന്നിരിക്കുകയാണെന്ന് മറ്റൊന്നും അറിവായോ വെളിവായോ ബോധത്തിൽ നിറച്ചിട്ടില്ലാത്ത മീര അനുഭവിക്കാൻ തുടങ്ങി.

അനുഭവങ്ങളുടേതുമാത്രമായ പടവുകളിൽ നഗ്നപാദരായി നടക്കുന്ന ഭക്തപ്രേമികൾ ചുറ്റുപാടുകളിലെ കോലാഹലങ്ങളിൽ ഒരിക്കലും ശ്രദ്ധപതിപ്പിക്കാറില്ല എന്ന സത്യം മീരയും നിർവ്വഹിച്ചു. പ്രേമപരവശതയിലെ ആത്മാർത്ഥതയും സമർപ്പണസുഖവും മീര മതിയാവോളം നുണഞ്ഞു. അത് കൊട്ടാരത്തിലെ ഏതൊരു വിഭവ സുഖത്തേക്കാളും സമൃദ്ധമാണെന്നും, സംഗീത സദസ്സിലെ മസൃണ വരികളേക്കാൾ ഹൃദയലഹരി നല്കുന്നതാണെന്നും അറിഞ്ഞ മീര, കൃഷ്ണ സുഖത്തിന്റെ മയിൽപ്പീലി ലാളനത്തിൽ അലിഞ്ഞു. ഇടയ്ക്ക് വിവാഹം നിശ്ചയിക്കപ്പെട്ടു. ഭർത്താവ് ആരാണെന്നു മീര ചോദിച്ചില്ല. പ്രേമത്തിന് കണ്ണില്ലെന്ന് പറയാറുണ്ടെങ്കിലും കണ്ണു നഷ്ടപ്പെടുന്നത് ഹൃദയം കണ്ണിന്റെ സ്ഥാനംകൂടി അതിക്രമിച്ച് എടുക്കുന്നതുകൊണ്ടാണെന്ന് ചിലർ മാത്രമേ അറിഞ്ഞിട്ടുള്ളു. അതറിഞ്ഞവരിലൊരാളാണ് മീര. അവൾ കൃഷ്ണനെ കുളിപ്പിച്ചു. വേഷം ധരിപ്പിച്ചു. പാല് നല്കി. ഒരു പ്രേമി തന്റെ പ്രേമേശ്വരനു നല്കുന്ന എല്ലാം മീര കൃഷ്ണവിഗ്രഹത്തിനു നല്കി. താനും കൃഷ്ണനും രണ്ടല്ലെന്നും അങ്ങനെ രണ്ടാണെങ്കിൽ അത് രൂപത്തിൽ മാത്രമേ ഉള്ളൂ എന്നും, മീര കൊട്ടാരത്തിൽ ഭാഗവതചർച്ചകൾ നടക്കുമ്പോഴൊക്കെ മനസ്സിലാക്കി.[1] പലപ്പോഴും കൂട്ടത്തിൽ നിന്ന്

വേരിട്ടുനില്ക്കുകയും, തനിയെ പൂജാമുറിയിൽക്കയറി കൃഷ്ണനോട് സല്ലപിക്കുകയും ചെയ്തു അവൾ. ഇതൊക്കെ ഒരുതരം ഉന്മാദമാണെന്നും, മീരയെ അതിൽനിന്നൊക്കെ അകറ്റിനിർത്തി ഒരു യഥാർത്ഥ മണവാട്ടിയാക്കണമെന്നും ബന്ധുക്കൾ ആഗ്രഹിച്ചു. അതൊന്നും ഫലപ്രദമായില്ലെന്നുമാത്രമല്ല അടുത്തവരോടൊക്കെ അവൾ ശ്രീകൃഷ്ണനെക്കുറിച്ചുള്ള വർണ്ണനകൾ ആവർത്തിച്ചതേ ഉള്ളൂ. അവയൊക്കെ ഭക്തകവിതകളാക്കപ്പെട്ടപ്പോൾ ചിലരതിൽ ആകൃഷ്ടരായി.

മൂന്നോ നാലോ വയസ്സുണ്ടായിരുന്നപ്പോൾ കൊട്ടാരത്തിന്റെ മട്ടുപ്പാവിൽ അമ്മയോടൊപ്പം കൊട്ടാരത്തിനപ്പുറത്തെ വീഥിയിലൂടെ ഒരു വിവാഹഘോഷയാത്ര നീങ്ങിപ്പോകുന്നത് നോക്കിനില്ക്കുകയായിരുന്നു മീര. വർണ്ണാഭമായ തേരിൽ ഇരുന്ന് വരനും വധുവും സല്ലപിക്കുന്നതു നോക്കി അവൾ അമ്മയോടു ചോദിച്ചു: "ആരായിരിക്കുമമ്മേ എന്റെ ഭാവിവരൻ?" മീരയുടെ ചോദ്യം കേട്ട് അമ്മ വളരെ തമാശയായും എന്നാൽ ഒരു ഉൾവിളി എന്നോണം പറഞ്ഞു:

"ശ്രീകൃഷ്ണനാവും നിന്റെ വരൻ."

വിവാഹഘോഷയാത്രകളിൽ തേരിലിരുന്നു സല്ലപിക്കുന്ന കുമാരന്മാരെ കാണുമ്പോഴൊക്കെ അവരെല്ലാം തന്റെ ഭാവിവരനായ ശ്രീകൃഷ്ണനാണെന്ന് മീരയ്ക്കു തോന്നി. ഈ തോന്നൽ ഹൃദയത്തിനുള്ളിൽ പ്രതിഷ്ഠയായിത്തീരാനും വളർന്നു വികസിച്ച് മനസ്സാകമാനം അതിലേക്ക് അർപ്പിക്കപ്പെടാനും കാരണമായി.

അമ്മ വളരെ ചെറുപ്രായത്തിൽത്തന്നെ മരിച്ചു. അവർ നല്കിയ വരനെന്ന ശ്രീകൃഷ്ണസങ്കല്പം വളരുകയും രാധയോടൊപ്പം തനിക്കുമൊരു സ്ഥാനം ശ്രീകൃഷ്ണൻ തരാതിരിക്കില്ലെന്ന് ദൃഢമായി വിശ്വസിക്കുകയും ചെയ്തു. അവളത് തോഴിമാരോടും പറഞ്ഞു. പൂജാമുറിയിലെ ശ്രീകൃഷണവിഗ്രഹത്തോട് ആടിനെ മേയ്ക്കുന്ന രാധയെ പ്രിയപത്നിയാക്കാമെങ്കിൽ എന്തുകൊണ്ട് പ്രേമംകൊണ്ട് നിത്യവും ഹോമം നടത്തി പാദം മുതൽ മൂർദ്ധാവ് വരെ പൂജചെയ്ത് കാത്തിരിക്കുന്ന തന്നെക്കൂടി സ്വീകരിച്ചുകൂടാ എന്ന് മീര പലപ്പോഴും ചോദിക്കുകയും ചെയ്തു. ആ ചോദ്യങ്ങൾക്കൊക്കെ കൃഷ്ണൻ ഉത്തരം നല്കുന്നതായും തന്നെ ഭാര്യയായും പ്രിയപ്പെട്ടവളായും സ്വീകരിച്ചതായും അവളറിയുകയും ചെയ്തു. തന്റെ അമ്മയുടെ അകാലമരണവും പ്രിയപ്പെട്ട മുത്തച്ഛന്റെ വേർപാടും കൊട്ടാരത്തിലെ ബഹളങ്ങളും മീരയെ അസ്വസ്ഥയാക്കി. തന്റെ വ്യക്തിത്വത്തിന് കൃഷ്ണനുമായുള്ള ഹൃദയബന്ധത്തിനു മാത്രമേ കാര്യമായി എന്തെങ്കിലും ചെയ്യാനുള്ളൂ എന്നവൾ വിശ്വസിച്ചു. പൊതുവേ ശാന്തയും മിതഭാഷിണിയും സൽസ്വഭാവിയുമായിരുന്ന മീര കൃഷ്ണഭക്തിയിൽ തീർത്തും മുങ്ങി ഒറ്റപ്പെടുകയും അതിന്റെ ആധിയും പ്രേമാഗ്നിയും അവളിൽ ഉണരുകയും ചെയ്തു. കാണാത്ത ഒരാളെ പ്രേമിക്കുകയും വരനാക്കുകയും അവനിൽ എല്ലാം അർപ്പിക്കുകയും കൃഷ്ണഗാഥകൾ പാടി സമ്മോഹനമായ നിർവൃതിയി

ലെത്തുകയും ചെയ്യുമ്പോഴൊക്കെ മീരയിൽ അസാമാന്യമായ ഊർജ്ജം കരഗതമായിക്കൊണ്ടിരുന്നു. കൃഷ്ണനൊരിക്കലും മീരയിലേക്ക് ഇറങ്ങിവരില്ലെന്നും കൃഷ്ണനു രാധയുണ്ടെന്നും പറഞ്ഞവരോടൊക്കെ വളരെ മൃദുവായും സരസമായും ദൃഢമായും മീര പറഞ്ഞു.:

"നിങ്ങൾക്കറിയാവുന്ന കൃഷ്ണനല്ല എന്റേത്. ഇതെന്റെ കാർവർണ്ണൻ. നിങ്ങൾ കാണുന്ന വിഗ്രഹത്തിൽ കൃഷ്ണനില്ല. കൃഷ്ണൻ അരൂപിയാണ്. എന്റെ ആത്മാവിലെ മണിയറയിൽ എന്നെയും കാത്ത് ഉണർന്നിരിക്കുന്നവൻ. രാധയ്ക്കറിയാത്തതുപോലും എനിക്കവൻ പറഞ്ഞു തരുന്നു. അവനെന്റെ പ്രിയതമൻ." ഇതൊക്കെക്കേട്ടു ചിലർ ഭ്രാന്തെന്നു പറഞ്ഞു പിന്മാറി. എന്നാൽ സുന്ദരിയും അത്യാകർഷകമായി സംസാരിക്കുന്നവളുമായ മീര എല്ലാവരാലും ആകർഷിക്കപ്പെട്ടു. അവരെയൊക്കെ അടുത്തിരുത്തി മീര പാടി:

"ഗോപാലൻ എന്റേതു മാത്രം. അവൻ മലകളെ വഹിക്കുന്നവൻ. മറ്റാർക്കും കഴിയില്ല അങ്ങനെയാവാൻ. അവന്റെ തലയിൽ അതിമനോഹരമായ മയിൽപ്പീലി. അതിസുന്ദരൻ അവൻ.. അവനല്ലാതെ മറ്റാർക്കാണ് എന്റെ വരനാവാനാവുക?"

"എന്നെ പൊതിഞ്ഞിരുന്ന മൺമയമായതൊക്കെ ഇപ്പോൾ തകർന്നടിയുകയും ഞാൻ തുറക്കപ്പെടുകയും ചെയ്തിരിക്കുന്നു. എന്റെ സകല നാണങ്ങളും ലോകത്തിനു മുന്നിൽ വലിച്ചെറിയുന്നു."

മീര കൃഷ്ണന്റെ പാദപത്മങ്ങളിൽ തന്റെ ഭക്തിനിറഞ്ഞ പ്രേമാർപ്പണങ്ങൾ നടത്തിയപ്പോൾ കൃഷ്ണൻ അവരുടെതു മാത്രമായിത്തീർന്നു. മീരയുടെ കവിതകൾ കൊട്ടാരത്തിനു പുറത്തും അറിയപ്പെടാൻ തുടങ്ങി. ആളുകൾ കൂടുതൽക്കൂടുതൽ അവരുടെ പ്രേമാർപ്പണ ഗീതകൾക്കായി കാത്തിരുന്നു. മുത്തച്ഛൻ തന്റെ വിവാഹ ഒരുക്കങ്ങൾ നടത്തുന്നത് മീര അറിഞ്ഞതേയില്ല. കൃഷ്ണനിൽ അർപ്പിതമായ ജീവനെ മറ്റൊന്നിനും അപഹരിക്കാനാവില്ലെന്ന പൂർണ്ണവിശ്വാസത്തിൽ മീര കവിതകളുടെ മേച്ചിൽപ്പുറങ്ങളിൽ കൃഷ്ണനോടൊപ്പം അലഞ്ഞു നടന്നു. ഗീതകങ്ങൾ അനുസ്യൂതമായി പ്രവഹിച്ചു. റാണാസംഗ എന്ന പേരുള്ള മേവാർ രാജാവിന്റെ മകൻ ഭോജ് രാജ് രാജകുമാരനാണ് തന്നെ വിവാഹം കഴിക്കാൻ പോകുന്നതെന്ന് പ്രേമാഗ്നിയിൽ നൃത്തം ചെയ്യുകയായിരുന്ന മീര അറിഞ്ഞില്ല. അവളുടെ ലോകം എല്ലാത്തിനുമപ്പുറത്തായിരുന്നു. വിവാഹ നിശ്ചയം അറിഞ്ഞപ്പോഴാവട്ടെ അങ്ങനെയൊരു ബന്ധം സങ്കല്പിക്കാൻ പോലും അവൾക്കായുമില്ല. മറ്റൊരു രൂപത്തെക്കുറിച്ച് ചിന്തിക്കാൻ പോലും പ്രാപ്തമായിരുന്നില്ല അവളുടെ ഹൃദയം. കൊട്ടാര ബാലിക എന്നതിനപ്പുറം സ്വാതന്ത്ര്യം ഇല്ലാത്തതുകൊണ്ട് അവളെ ആരും ശ്രദ്ധിച്ചുമില്ല. കൃഷ്ണനെന്ന സാങ്കല്പിക ദൈവത്തെ ജീവനുള്ള പ്രേമിയായിക്കാണാൻ ആരും തയ്യാറായുമില്ല.

പതിനാലു വയസ്സു മാത്രം പ്രായമുള്ള മീര തന്റെ ഇംഗിതത്തിന്നെതിരായി, അച്ഛന്റെയും മുത്തച്ഛന്റെയും നിർബ്ബന്ധത്തിനു വഴങ്ങി ഭോജ്

രാജുമായുള്ള വിവാഹത്തിനു സമ്മതിച്ചു. ഒരേ ഒരാശ്രയമായ തന്റെ കൃഷണനെ വിളിച്ച് അവൾ തേങ്ങി. "നിന്നെമാത്രം പ്രിയതമനാക്കിയ ഞാനെങ്ങനെയാണ് മറ്റൊരാളെ വരനാക്കുക?"

അതിനുത്തരമായി ''ഓരോ മനുഷ്യനും അവനവന്റേതായ കർത്തവ്യങ്ങളുണ്ടെന്നും അത് നിർവ്വഹിച്ചേ മതിയാവൂ എന്നും തന്നിൽ അർപ്പിച്ച ഭക്തി കലർന്ന പ്രേമം എവിടേയും ഒഴുകിപ്പോകില്ലെന്നും താനൊരിക്കലും വിട്ടു പിരിയില്ലെന്നും" കൃഷ്ണൻ പറയുന്നതായി മീര അറിഞ്ഞു. സങ്കടങ്ങളെല്ലാം അടക്കി മീര ഭോജ് രാജിനെ വിവാഹം കഴിച്ചു. ഒരു നല്ല ഭാര്യയായി മീര ജീവിതം നയിച്ചെങ്കിലും കൃഷ്ണനോടുള്ള തന്റെ അകമഴിഞ്ഞ പ്രേമം എവിടെയും ഒളിപ്പിച്ചുവയ്ക്കാൻ അവൾക്ക് കഴിയുമായിരുന്നില്ല. പലവിധ പീഡനങ്ങളും ഉപദ്രവങ്ങളും മീരയനുഭവിച്ചു. ഭർത്താവിന്റെ ബന്ധുക്കൾ പലതവണ വിഷം നല്കിയും പാമ്പുകളുള്ള കുട്ട പാരിതോഷികമായി നല്കിയും മീരയെ കൊല്ലാൻ ശ്രമം നടത്തി. കൃഷ്ണനുമായുള്ള മീരയുടെ സ്വകാര്യ ഭാഷണങ്ങളെ ജാരനോടുള്ള പ്രേമസ്വകാര്യ ഭാഷണങ്ങളായി ചിത്രീകരിച്ച് ഭർത്താവിനെ അറിയിക്കുകയും അയാൾ മീരയെ മർദ്ദിക്കുകയും ചെയ്തു. ഭിക്ഷാംദേഹികളുമായുള്ള സമ്പർക്കങ്ങൾ തെറ്റിദ്ധരിക്കപ്പെട്ടു. ഇതൊന്നും മീരയുടെ പ്രേമാർപ്പണത്തെ തെല്ലും ബാധിച്ചതേ ഇല്ല. ഗോസ്വാമി തുളസീദാസിനെഴുതിയ കത്തിൽ എത്രമാത്രം ഭർത്താവിന്റെ ബന്ധുക്കൾ തന്നെ ഉപദ്രവിക്കുന്നുണ്ടെന്ന് മീര വ്യക്തമാക്കിയിരുന്നു. മീര കൃഷ്ണ കവിതകളിലൂടെ പ്രസിദ്ധമായിക്കൊണ്ടിരുന്നു. അവരുടെ സൃഷ്ടികൾ ഭക്തജനങ്ങളെ ആകർഷിക്കാനും നിരവധി പേർ അവരെ കവി എന്ന നിലയിൽ സമീപിക്കാനും തുടങ്ങി. ഇതൊക്കെ ഭർത്താവിനെയും അയാളുടെ ബന്ധുക്കളെയും കുറച്ചൊന്നുമല്ല പ്രകോപിപ്പിച്ചത്. അത് സ്വാഭാവികം മാത്രം. ഒരിക്കൽ തന്റെ ഭാര്യയുടെ നിലവിട്ടുള്ള ആദ്ധ്യാത്മിക ജീവിതം മടുത്ത ഭർത്താവ് അവരോട് "നിന്റെ മുഖം ഇനി എനിക്ക് കാണേണ്ട. ഏതെങ്കിലും പുഴയിൽപ്പോയി ചാടിച്ചാവൂ" എന്ന് പറഞ്ഞതായും, "ഗോവിന്ദാ, ഗിരിധരാ, ഗോപാലാ" എന്നുച്ചത്തിൽപ്പാടി മീര പുഴയിൽച്ചാടിയതായും ഒടുവിൽ കൃഷ്ണൻ പ്രത്യക്ഷപ്പെട്ട് തന്നെ പ്രേമിക്കുന്നവരെ താനൊരിക്കലും കൈവിടില്ലെന്ന് പുഞ്ചിരിയോടെ പ്രവചിച്ച് മീരയെ കൈപിടിച്ച് രക്ഷപ്പെടുത്തിയതായും മീരയുടെ ചരിത്രത്തിൽ രേഖപ്പെടുത്തിയിട്ടുണ്ട്.

മീര നഗ്നപാദയായി നടന്നു. ഭിക്ഷാംദേഹികളും സാധുക്കളും അവരുടെ സന്തതസഹചാരികളായി. ഒടുക്കം അവർ വൃന്ദാവനത്തിലെത്തുകയും അവിടം തന്റെ കൃഷ്ണഗാനങ്ങളുമായി കഴിയുകയും ചെയ്തു.[2]

മീരയിൽ പ്രകടമായിക്കാണുന്ന ആത്മാർത്ഥമായ പ്രേമപാരവശ്യത്തിന്റെ അടുത്തെത്താൻ പോലും രാധയുടെ ബന്ധത്തിനാവുന്നില്ല എന്നറിയുന്ന യഥാർത്ഥ കൃഷ്ണഭക്തർ മീരയിലേക്കു ആകൃഷ്ടരാവുന്നത് സ്വാഭാവികം മാത്രം. രാധയെ നിരാകരിക്കാതെതന്നെ അവർ

മീരയിലൂടെ കൃഷ്ണസൗകുമാര്യവും ശ്രേഷ്ഠതയും അനുഭവിക്കുകയും ചെയ്യുന്നു.

മീരയെ തിരഞ്ഞെത്തിയ ഭർത്താവിനോട് മുഴുവനായി കൃഷ്ണനിൽ അലിഞ്ഞ്, ലോകത്തോടുള്ള എല്ലാ ആഗ്രഹങ്ങളും വിട്ട മീര ഇങ്ങനെ പറഞ്ഞു.

"എന്താണ് നമ്മൾ തമ്മിലെ ബന്ധം? എന്താണ് കുലം? മഹിമ? എന്താണ് ക്ഷത്രിയരും ബ്രാഹ്മണരും തമ്മിൽ വ്യത്യാസം? രാജാവും അതല്ലാത്തവനും തമ്മിലെന്ത്? ഒരൊറ്റ പ്രഭുവേ എനിക്കുള്ളൂ. അത് അവനാണ്. നിങ്ങൾ രാജ്യം ഭരിക്കുന്നു. കൃഷ്ണൻ ഹൃദയങ്ങളെയും. ഞാൻ ആ മഹാരാജാവിന്റെ പ്രിയതമ. നിങ്ങൾ എന്റെ രാജാവല്ല. ഞാൻ നിങ്ങളുടെ രാജ്ഞിയുമല്ല. എന്റെ രാജാവും പ്രിയതമനും കാർവർണ്ണൻ മാത്രം. ഞാനാ മയിൽപ്പീലിധാരിയുടെ പ്രണയിനി."

ഭോജ്‌രാജിന് മീരയുടെ പ്രേമാവസ്ഥ മനസ്സിലാവുകയും അയാൾ പിന്തിരിയുകയും ചെയ്തു. കൊട്ടാരത്തിൽ തിരിച്ചെത്തിയ ഭോജ്‌രാജിനു ഉള്ളുണർവ്വുണ്ടായി. ഭാര്യ എന്ന നിലയിൽനിന്ന് മീര മാറ്റപ്പെട്ടു. മീര ഒരു തപസ്വിനിയും കൃഷ്ണഭക്തയുമാണെന്ന തിരിച്ചറിവുണ്ടായി. പിന്നീടദ്ദേഹം മീരയെ ബഹുമാനിക്കുകയാണ് ചെയ്തത്. ശ്രീകൃഷ്ണൻ രൂപത്തിൽ ഒതുങ്ങുന്നതല്ലെന്നും ഹൃദയത്തിൽ പ്രതിഷ്ഠിക്കപ്പെടുന്ന അരൂപിയായ ശക്തിയാണെന്നും ഭോജ്‌രാജ് അറിഞ്ഞു. മീരയില്ലാതെ ജീവിച്ച ഭോജ്‌രാജ് യഥാർത്ഥ ആത്മീയതയുടെ മഹാരുചി അറിഞ്ഞു. പലപ്പോഴും അദ്ദേഹം മീരയുടെ ആവശ്യങ്ങൾ അറിഞ്ഞ് വേണ്ടുന്ന സൗകര്യങ്ങൾചെയ്തു കൊടുത്തു. ഭാര്യ എന്ന അവസ്ഥ മാറുകയും ഭിക്ഷാംദേഹിയായ കൃഷ്ണഭക്ത എന്ന നിലയിൽ മീര സ്ഥാനം പിടിക്കുകയും ചെയ്തു. ആ മാനസാന്തരത്തിനിടയിലും ഭരണകാര്യങ്ങളിൽ ശ്രദ്ധ പതിപ്പിക്കുകയും ജനങ്ങളുടെ ആദരവ് നേടുകയും ചെയ്തു. അപ്പോഴാണ് ആക്രമണം ഉണ്ടായത്. നേരിട്ട് യുദ്ധത്തിൽ പങ്കെടുത്തതു കാരണം ഭോജ്‌രാജ് കൊല്ലപ്പെട്ടു. മരിക്കുംമുമ്പേ അവസാന ആഗ്രഹമായി പറഞ്ഞത് മീരയെ രാജ്യഭരണം ഏല്പിക്കണമെന്നായിരുന്നു. മീര ഭർത്താവിന്റെ മരണത്തിൽ ദുഃഖിക്കുകയും അനേക ദിവസങ്ങൾ മൗനത്തിൽ ഇരിക്കുകയും ചെയ്തു. രാജഭരണം തനിക്ക് ഏറ്റെടുക്കാനാവില്ലെന്ന് ദൃഢമായി പറഞ്ഞ മീര, തന്റെ ഏകാന്തജീവിതവുമായി നീങ്ങുകയാണ് ചെയ്തത്.

മീര ഒരിക്കൽ വൃന്ദാവനത്തിലെ വൈഷ്ണവർ നിയന്ത്രിച്ചിരുന്ന ക്ഷേത്രത്തിൽ ജീവ ഗോസായിയെ കാണാനും അനുഗ്രഹം വാങ്ങാനും ശ്രമിച്ചപ്പോൾ സ്ത്രീകളെ അദ്ദേഹം കാണാറില്ലെന്ന് പറഞ്ഞതായി മറുപടി കിട്ടി. ഉടനെ മീര ഇങ്ങനെ പറഞ്ഞു: "അദ്ദേഹത്തോട് പറയൂ: വൃന്ദാവനത്തിലെ എല്ലാവരും സ്ത്രീകളാണെന്ന്. ഒരൊറ്റ പുരുഷനേ ഉള്ളൂ. അതെന്റെ ഗോപാലനാണ്. മറ്റൊരു പുരുഷന് അവിടെ സ്ഥാനമില്ല."

ഇതറിഞ്ഞ ജീവ ഗോസായി നാണിച്ച് തലകുനിക്കുകയും മീരയുടെ ശ്രീകൃഷ്ണ പ്രേമത്തിന്റെ ആഴമറിയുകയും ചെയ്തു.

മീര, മധുരഭാവഭക്തിയുടെ ഉത്തമ ഉദാഹരണമായിത്തീർന്നത് ജീവിതത്തിലും കവിതയിലും കൊണ്ടുനടന്ന കാല്പനികവും സ്നേഹാർദ്രവുമായ ബന്ധം ശ്രീകൃഷ്ണനിലൂടെ പ്രകടമാക്കിയതിനാലാണ്. ദൈവിക പ്രേമത്തിനുള്ള ഭാരതത്തിലെ ഏറ്റവും വലിയ ഉദാഹരണമായി മീര എക്കാലത്തും ഉയർന്നു നില്ക്കുന്നു. പ്രേമാർപ്പണത്തിന്റെ മധുരവും മഹനീയതയും നുണയാൻ മീരയുടെ പ്രേമപരവശമായ ഭജനങ്ങളിലൂടെ കടന്നുപോയാൽ മതി. എന്തും പ്രേമത്തിനുവേണ്ടി ത്യജിക്കുക എന്നത് പുരാണ കഥകളിലും മിത്തുകളിലും കാണാറുള്ളതാണെങ്കിലും ജീവിതത്തിൽ കൊണ്ടുനടന്ന ചുരുക്കം ചില ഭക്തരിൽ എന്തുകൊണ്ടും ശ്രേഷ്ഠയാണ് മീര.

പ്രേമം വിശുദ്ധവും ദൈവികവുമാവുമ്പോൾ അതിൽ കലർപ്പുണ്ടാവുന്നില്ല. മറ്റൊന്നും അറിയാതിരിക്കുകയും എല്ലാം തന്റെ പ്രിയതമനിൽ അർപ്പിക്കുകയും ഒന്നും ആവശ്യപ്പെടാതെ സ്നേഹം മാത്രം മതിയെന്നു വയ്ക്കുകയും ചെയ്യുമ്പോൾ ആ വ്യക്തിക്കുണ്ടാകുന്ന പരിണാമങ്ങൾക്കെല്ലാം ഹേതുവും സാക്ഷിയും ആ പ്രതിരൂപം മാത്രമായിത്തീരുന്നു. ദൈവം വെറുമൊരു സങ്കല്പം എന്നതിൽനിന്നു വേറിട്ടുമാറി തന്റെ സ്വന്തമൊരാളായി തീരുകയെന്ന 'ചുരുങ്ങലിൽ' എത്തിച്ചേരുമ്പോൾ അത് എല്ലാ മുൻധാരണകളിൽനിന്നും വിശ്വാസത്തിൽ നിന്നും പരികല്പനകളിൽ നിന്നും മാറിവരുന്ന കാഴ്ച മീരയുടെ കൃഷ്ണനിൽ കാണാം. രൂപത്തെ ഉൾക്കൊള്ളുന്ന ദൈവിക സങ്കല്പത്തിന്റെ അസുലഭസുഖങ്ങളിൽ ഒന്നാണിത്. എല്ലാവരും കൃഷ്ണഭക്തരാണെങ്കിലും "ഇതെന്റെ കൃഷ്ണൻ" എന്ന കണ്ടെത്തൽ അപൂർവ്വങ്ങളിലപൂർവ്വം. രൂപമില്ലാത്ത ദൈവത്തെ മറ്റൊരാൾക്കു കാണിച്ച് കൊടുക്കാൻ കഴിയില്ല എന്ന സങ്കടമുണ്ട്. അരൂപിയാണെന്ന് പറയാമെങ്കിലും ആരാണതെന്ന് പറഞ്ഞുകൊടുക്കാനാവില്ല. അതുകൊണ്ടാണ് കണ്ണാടി കണ്ടുപിടിക്കും മുമ്പേ മനുഷ്യൻ രൂപത്തെ ദൈവമാക്കിയത്. കണ്ണാടിയുണ്ടായിരുന്നതുകൊണ്ട് ശ്രീനാരായണഗുരു കണ്ണാടി നോക്കാനും പ്രതിഷ്ഠിക്കാനും പറഞ്ഞത്. മീര സ്വയം മണവാട്ടിയായിത്തീരുകയും എല്ലാം കൃഷ്ണനു സമർപ്പിക്കുകയും ചെയ്തു. സമർപ്പണം എന്നത് ഒരു വ്യക്തി മറ്റൊരു വ്യക്തിക്ക് സമ്മാനമായി നല്കി രക്ഷപ്പെടാനുള്ള ഒന്നല്ല. അത് വളരെ വിലകൂടിയതും ഒരു ജീവിതത്തിന്റെ അത്രതന്നെ വിലയുള്ളതുമാണ്. സമർപ്പണം സത്യസന്ധതയോടെയും ഭക്തിപൂർവ്വവും സ്വന്തം ഇഷ്ടപ്രകാരവുമാവുമ്പോൾ കൈവരുന്ന സ്വനാശമാണ് ഗൂഢബോധാവസ്ഥ. ഒന്നും ലഭിക്കാനില്ല ഉണ്ടെങ്കിൽ അത് അവഹേളനവും പീഡനവും മാത്രം എന്നറിഞ്ഞിട്ടും ആ വഴിയിലേക്കുതന്നെ നീന്തുക. കര എവിടെ എന്നറിയാഞ്ഞിട്ടും പിന്നെയും. ഇത് മിസ്റ്റിക് മനസ്സുകളുടെ മാത്രം പ്രയാണപ്രക്രിയയാകുന്നു.

മീരയുടെ ഭജനകൾ പ്രസിദ്ധമാകാനും അവയെല്ലാം പാടിപ്പരക്കാനും ലക്ഷക്കണക്കിനു ഭക്തരെ ആകർഷിക്കാനും കാരണം അവരുടെ ആത്മാർത്ഥത നിറഞ്ഞ പ്രേമാർപ്പണമാണ്.

"ഹേ കൃഷ്ണാ, മഹാ പ്രഭൂ, രാജാധിരാജാ എന്നെ സ്വീകരിക്കൂ.
ഞാനൊരു ദുർബ്ബലയായ സ്ത്രീ
തുണയ്ക്കാരുമില്ലാത്തവൾ; അശക്ത.
നീ എന്റെ അലങ്കാരം, ശക്തി"

എന്നു കേഴുന്ന മീര പലപ്പോഴും പ്രേമ പരവശയായി പാടുന്നുണ്ട്.

"ഹേ, എന്റെ ചങ്ങാതീ,
നീ എനിക്കെത്ര പ്രിയപ്പെട്ടവൻ.
നിനക്കെങ്ങനെയാണ് ഞാനൊരു ലേഖനമെഴുതുക?
എനിക്കെഴുതാനറിയില്ലല്ലോ?
നിന്റെ സൗന്ദര്യരൂപം ഒരു നിമിഷംപോലും
എനിക്കു മറക്കാനാവുന്നുമില്ല."

ദൈവഭയവും ദൈവപ്രേമവും തമ്മിലെ അന്തരം, മിസ്റ്റിക്കുകളുടെ (പ്രത്യേകിച്ചും കവിത ഉപയോഗിച്ച് ദൈവികത അറിയിക്കുന്നവരിൽ) ജീവിതത്തിലുടനീളം കാണാം. ഭക്തകവിതകൾ എപ്പോഴും സ്നേഹത്തിന്റെ ഭാഗത്ത് മാത്രം നില്ക്കുന്നതു കൊണ്ടും ഒരു ഭക്തകവിയും ഭയം ആസ്വാദകന് നല്കാത്തതുകൊണ്ടും ദൈവം സ്നേഹം മാത്രമായി സ്ഥിരപ്പെട്ടു. എന്നാൽ ചില ആദ്ധ്യാത്മികപ്രബന്ധങ്ങളിൽ ദൈവം നിഗ്രഹിക്കുന്നവന്റെയും പകരത്തിനുപകരം ചെയ്യുന്നവന്റെയും വേഷം ധരിച്ച് വന്നപ്പോൾ അവ കവിതാത്മകതയിൽനിന്ന് രൂക്ഷാവസ്ഥയിലേക്ക് അകന്നുപോയി. ഈ അകൽച്ച കുറച്ചൊന്നുമല്ല ദൈവപ്രേമികളെ ആദ്ധ്യാത്മികപ്രസ്ഥാനങ്ങളിൽ നിന്നും അകറ്റിയത്. മീരയുടെ ജീവിത കാലത്ത് കൃഷ്ണനെ കൂടാതെ രാജസ്ഥാനിൽ മറ്റനേകം സങ്കല്പങ്ങൾ ഉണ്ടായിരുന്നുവെങ്കിലും അതൊന്നും മീരയെ സ്വാധീനിച്ചിരുന്നില്ല . അവർ കൃഷ്ണനെ എല്ലാത്തിലും ദർശിച്ചു. മരത്തിൽ, കല്ലിൽ, പൂക്കളിൽ, ഇടിമിന്നലുകളിൽ, മനുഷ്യനിൽ. ജീവനുള്ളതും ജീവനില്ലാത്തതുമായ എല്ലാത്തിലും. കൃഷ്ൺ എന്ന പേരുപോലും കൃഷ്ണനായിത്തീർന്നു. നാമം എന്ന പേരിൽത്തന്നെ ഭജനകളുണ്ട് അവരുടേതായി. അവർ വിശുദ്ധയും തത്ത്വജ്ഞാനിയും കാല്പനിക കവയിത്രിയും ആയിരുന്നു. അവരുടെ ഏകഭാവാത്മകമായ വഴിയിൽ പിന്നീടൊരിക്കലും അധികംപേർ ഭാരതത്തിൽ നിന്നുണ്ടായില്ല.

വെറുമൊരു സാധാരണക്കാരിയായിരുന്ന പെൺകുട്ടിക്ക് പ്രേമാർപ്പണത്തിലൂടെ ലഭ്യമായ ഊർജ്ജം അന്യാദൃശമായിരുന്നു. അവരുടെ ജീവിതത്തെ കൃഷ്ണൻ സ്വാധീനിച്ചു. സ്വപ്നങ്ങളെയും ഭാവനകളെയും കൃഷ്ണൻ നിയന്ത്രിച്ചു. ചപലതകളെ, വിഹ്വലതകളെ, അന്ധാളിപ്പുകളെ വേപഥുവിനെ കൃഷ്ണനിറം മാറ്റിമറിച്ചു. തകർന്ന ഹൃദയങ്ങളിൽ മീരയുടെ

ഭജനകൾ ആശ്വാസം സൃഷ്ടിച്ചു. അവ ഭക്തർക്കു പ്രസാദങ്ങളായി. സംഗീതസാന്ദ്രമായ അവരുടെ വരികളിൽ മഴയുടെ നനവും വേനലിന്റെ ചൂടും വൃക്ഷങ്ങളുടെ തണലും ലഭ്യമായി. ഒന്നിച്ചിരുന്ന് ഭജനകൾ കേൾക്കുമ്പോൾ കേൾവിക്കാരുടെ മനസ്സുകളിൽ സന്തോഷത്തിന്റെയും ആനന്ദത്തിന്റെയും ഹർഷോന്മാദങ്ങൾ സൃഷ്ടിക്കാനും, കൈവിട്ടു പോകുന്ന സ്നേഹസൗഹൃദങ്ങളുടെ പട്ടുനൂലുകളെ ഇഴചേർത്ത് വീണ്ടുമൊരു പട്ടുറുമാലുണ്ടാക്കാനും ആ വരികൾ പ്രാപ്തമാക്കി.

മീരയുടെ മിസ്റ്റിക്കൽ കവിതകൾ ശക്തമായിരുന്നു. ഒരു സ്ത്രീക്കെങ്ങനെ ഇത്രയും തീവ്രമായി ദൈവികപ്രേമം പ്രകടിപ്പിക്കാൻ കഴിഞ്ഞു എന്ന് അത്ഭുതപ്പെടുമ്പോൾ "പ്രേമം അത്രയും ഊർജ്ജമുള്ളതാണ്" എന്ന് നമ്മൾ മനസ്സിലാക്കുകയും പ്രേമത്തെ ദുർബ്ബലമെന്ന് ആക്ഷേപിക്കുന്നവർക്കെതിരെ നില്ക്കാൻ കഴിയുകയും ചെയ്യുന്നു.

മീര കൃഷ്ണ കവിതകൾ പാടി വീഥികളിലൂടെ അലഞ്ഞു. അവർ തന്റെ ഭജനകളെ ആചാരങ്ങളാക്കിയില്ല. അതിനു കാരണമായി കാണാനാവുന്നത് അവരുടെ പ്രേമത്തിന് അവർ മാത്രമായിരുന്നു കാരണക്കാരിയും ആസ്വാദകയും എന്നതായിരുന്നു. ഒരു കൂട്ടിച്ചേർക്കലും സ്വാധീനവും ഉണ്ടായിരുന്നില്ല എന്നർത്ഥം. കൃഷ്ണൻ അവർക്ക് പുരുഷനും പ്രഭുവും തോഴനും കാമുകനും ദൈവവും പരിപാലകനും ഗോപാലനും ഗിരിധരനും ആയിരുന്നു. പലപ്പോഴും കൃഷ്ണനുമായുള്ള അവരുടെ ആത്മീയബന്ധം എല്ലാ മതിലുകളും ഭേദിച്ചു. എത്രയോ ഭക്തർ വന്നു; പോയി. അതിലുമധികം ആരാധകരും വന്നു; പോയി, എത്രയോ രാജകുമാരിമാരും. എന്നാൽ ചരിത്രത്തിന്റെ ഇടനാഴികളിൽനിന്ന് ചെറുതിരികളുമായി പുറത്തേക്കുവന്ന് മഹാവെളിച്ചത്തിന്റെ പ്രഭ തെളിയിച്ചവർ ചുരുക്കം. മീര അതു ചെയ്തു.

വിശുദ്ധ പ്രേമത്തിന്റെ നിറവുമായി നഗ്നപാദരായി നടന്നുവന്ന്, ഹൃദയങ്ങളെ കീഴടക്കിയ പ്രേമഭിക്ഷുകിമാരിൽ മീര നല്കുന്ന ചാരിതാർത്ഥ്യം കുറച്ചൊന്നുമല്ല.

ഭക്തിമാർഗ്ഗത്തെ തരംതാണതായി കാണുന്നവർക്കും അതിനെ ഇകഴ്ത്തുന്നവർക്കും നഷ്ടപ്പെടുന്നത് മീരയെപ്പോലുള്ളവരുടെ ജീവചരിത്രപാഠങ്ങൾ നല്കുന്ന ഹൃദയനൈർമ്മല്യമാണ്. മറ്റുള്ളവർ പറയുന്ന വഴിയിലൂടെയല്ലാതെ സഞ്ചരിക്കുകയും ഹൃദയത്തിന്റെ വിളിമാത്രം കേൾക്കുകയും ചെയ്യുന്ന ഏതൊരാൾക്കും ലഭിക്കുന്നതുമാത്രമാണ് മീരയ്ക്കും ലഭിച്ചത്. ഇനിയുള്ള മീരമാർക്കും ലഭിക്കാനുള്ളത്. സ്നേഹത്തിന് നൂറായിരം വഴികളില്ല. പ്രണയം കടൽപ്പാലമാണ്.

കൃഷ്ണഭക്തരുടെ ഹൃദയങ്ങളിൽ സ്ഥിരപ്രതിഷ്ഠ നേടാനും പ്രേമകാവ്യങ്ങളിലെ അനേകലക്ഷം വരികളെഴുതിയവരുടെ നിരയിലെ ഏറ്റവും ശ്രേഷ്ഠയായ പ്രേമപക്ഷിയാവാനും കഴിഞ്ഞ മീരയുടെ വേർപാട് 1546 ൽ നടന്നതായി രേഖപ്പെടുത്തിക്കാണുന്നു.

കൃഷ്ണഭക്തർക്കു മീരയോട് ഭക്തിയും അലിവും തോന്നാൻ

കാരണം മറ്റൊന്നുമല്ല, അവരുടെ പ്രേമാർപ്പണത്തിന്റെ ലാളിത്യവും മാധുര്യവുമാണ്.

മീര കൃഷ്ണനിലൂടെ ശുദ്ധമായ പ്രണയ തെളിനീരുറവ സൃഷ്ടിച്ചു. മീര പാടി:

"മീര അതിതീവ്രമായി ആഗ്രഹിക്കുന്നു
അവളുടെ പ്രേമേശ്വരനെ വിടാതെ പിടിക്കാൻ.
അവന്റെ സ്തുതി ഹർഷോന്മാദത്തോടെ പാടിപ്പാടി നടക്കാൻ"

മീരയ്ക്കതു സാധിച്ചതിന്റെ സാക്ഷ്യപത്രങ്ങളായി ലക്ഷക്കണക്കിന് ഭക്തർ ഇപ്പോഴും ശ്രീകൃഷ്ണനെ ഹൃദയത്തിൽ കൊണ്ടുനടക്കുന്നു. ആ കാർവർണ്ണപ്രേമസ്വരൂപന്റെ പേര് കേൾക്കുമ്പോൾ കണ്ണുകളടച്ച് പ്രേമത്തിന്റെ തേൻ നുകരുന്നു അവരെല്ലാം.

"മീരയ്ക്ക് കൃഷ്ണനെ പ്രേമിക്കാമെങ്കിൽ എന്തുകൊണ്ട് എന്നെയും ചേർത്തുകൂടാ?" എന്ന ചോദ്യവുമായി വീണ്ടും വീണ്ടും മീരമാർ ഉണരുകയും ആ നിര നീണ്ടുപോവുകയും ചെയ്യുന്നു. രണ്ടു കൈകളും നീട്ടി എത്ര കിട്ടിയാലും മതിവരാത്ത പ്രേമദാഹവുമായി വെണ്ണക്കൊതിയനായ കൃഷ്ണൻ ഇനി പിറവിയെടുക്കാനിരിക്കുന്ന പ്രേമികളെയും കാത്തിരിക്കുന്നു, ഓടക്കുഴലുമായി.

അതിലെ നാദം മറ്റാരുടേതുമല്ല; മീരയുടേതും കൂടിയാണ്. ഒരു മുളംതണ്ടിന്റെ വേർപാടിന്റെ വേദന ആ നാദത്തിലുണ്ടെന്ന് ഏത് കൃഷ്ണാംശിക്കും അറിയാം.

മീര നിരവധി ഭജനകൾ പാടി. അവയൊക്കെ കേട്ടവർ ഭക്തിയുടെ മാധുര്യം നുകരുകയും കൃഷ്ണാംശ സുഖത്തിന്റെ മഞ്ചലിലിരുന്ന് കാർവർണ്ണന്റെ നൃത്തം ആസ്വദിക്കുകയും ചെയ്തു.

1

"എന്റെ പ്രജ്ഞയുടെ മാന്ത്രികതയ്ക്കുമുന്നിൽ ഞാൻ നൃത്തം ചെയ്യും.
നൃത്തം ചെയ്ത്ചെയ്ത് ഞാനെന്റെ കാഴ്ചക്കാരനായ
കൃഷ്ണനെ സന്തോഷിപ്പിക്കും.
ഞാനവനെ അനുഭവിക്കും.
എന്റെ കാൽച്ചിലങ്കകളിലെ മണികളിൽ
പ്രണയ വികാരം കൊരുത്തു വയ്ക്കും
അവന്റെ മുഖത്തിന്റെ അപാരമായ അഴകായിരിക്കും എന്റേതും
ഒരു സ്ത്രീക്കു വേണ്ടുന്ന കുടുംബമഹിമ,
ലോകം കാംക്ഷിക്കുന്ന സങ്കോചം ഇതൊന്നും ഞാൻ ശ്രദ്ധിക്കുകയില്ല.
ഞാൻ അവന്റെ കിടപ്പറയിൽ ഉറങ്ങും
ഞാൻ, മീര;
അവന്റെ കാർവർണ്ണ നിറത്തിൽ അലിഞ്ഞ് മരിക്കും.

2

ഹോ... ഞാൻ ഭ്രാന്തിയായിത്തീരുകയാണ്.
എന്റെ വേദന ആർക്കുമറിയില്ല.
തൂക്കുമരത്തിനു കീഴെയാണ് എന്റെ കിടക്ക
പ്രിയതമന്റേത് സ്വർഗ്ഗമണ്ഡലത്തിലും.
ഞാനെങ്ങനെ ഉറങ്ങും?
എങ്ങനെയാണവനെ പ്രാപിക്കാനാവുക?
മുറിവുള്ളവനു മാത്രമേ ആ നൊമ്പരമറിയൂ.
പൊള്ളിയവനു മാത്രമേ ആ വേദനയറിയൂ.
സ്വർണ്ണപ്പണിക്കാരനു മാത്രമേ
മറ്റൊരു സ്വർണ്ണപ്പണിക്കാരന്റെ കരവിരുതറിയൂ.
പീഡനത്തിന്റെ വേദനയുമായി
ഞാൻ കാടുകളിൽനിന്ന് കാടുകളിലേക്ക്.....
ഒരു വൈദ്യനും ആ വേദന മാറ്റാനാവില്ല.
കാർവർണ്ണൻ പ്രത്യക്ഷപ്പെട്ടാൽ
എന്റെ എല്ലാ വേദനയും മാഞ്ഞുപോകും."

3

"ഞാനാ മഹത്തായ നാമം കണ്ടെത്തി
അതുമൂലം അസാമാന്യമായ സമ്പത്ത് എനിക്കു ലഭ്യമായി.
അപൂർവ്വമായ ഒരു പുരസ്കാരം പ്രിയതമനെനിക്കു സമ്മാനിച്ചു.
അത്, അവനെന്നെ അവന്റേതുമാത്രമാക്കി എന്നതാണ്."

4

"ഞാനെന്റെ യഥാർത്ഥ നിധി കണ്ടെടുത്തു
അവന്റെ നാമം!
എന്തെല്ലാമുണ്ടോ ലോകത്ത് അതെല്ലാം അതിലുണ്ട്
അതാർക്കും കട്ടെടുക്കാനോ ധൂർത്തടിക്കാനോ ആവില്ല.
അവന്റെ നാമം നാൾക്കുനാൾ അടുത്തോട്ടു വന്നു.
ഞാനാ നാമത്തിൽ ബന്ധിക്കപ്പെട്ടിരിക്കുന്നു
അവന്റെ നാമം മാത്രമാണ് സ്നേഹവും പരിപോഷണവും.
സ്നേഹസമ്പന്നനായ പ്രിയസുഹൃത്ത്
മാലയിലെ നൂലുപോലെ എന്റെ ഹൃദയത്തിൽ
ബന്ധിക്കപ്പെട്ടിരിക്കുന്നു
അവൻ എല്ലാവരിലും ഉണ്ട്
അവൻ സ്നേഹിച്ചവരിൽനിന്ന് പിൻവാങ്ങുന്നില്ല.
അവൻ ദൂരെയല്ല, അരികത്തല്ല.
അവൻ ശക്തനാണ്.

ജനന മരണങ്ങളെ ഒരരികത്തിരുത്തി
മീര, അവന്റെ സങ്കേതത്തിലെത്തിയിരിക്കുന്നു."

5

"മനസ്സേ, വൃക്ഷത്തിന്റെ പാത സ്വീകരിക്കൂ.
മറ്റുള്ളവയിൽനിന്ന് സ്വതന്ത്രമാവൂ
കല്ലെറിഞ്ഞ് വേദനിപ്പിക്കുന്നവന്
മരം മധുരമുള്ള പഴം പകരമായി നല്കുന്നു."

6

"മഴക്കാലം എനിക്കിഷ്ടമാണ്.
അത് നനഞ്ഞെത്തുന്നു.
മനസ്സ് കാറ്റിലാടാൻ തുടങ്ങുന്നു.
എന്റെ ഹരിയുടെ വരവും ഞാനറിയുന്നു.
മേഘങ്ങൾ നാലുപാടുനിന്നും ഉരുണ്ടെത്തുന്നു.
വെളിച്ചം ഉണ്ടാവുകയും ഉതിരുകയും
നേർത്ത മഴത്തുള്ളികൾ വീഴുകയും ചെയ്യുന്നു.
തണുത്ത കാറ്റിൽ ഞാൻ ആനന്ദിക്കുന്നു.
മീരയുടെ മഹാപ്രഭു, ഗിരിധരൻ,
മേഘാവൃതമായ നാളുകളിൽ പാടിപ്പാടി
നൃത്തം ചെയ്യാനെത്തുന്നു."

7

"നിന്നിൽനിന്ന് എനിക്കൊരിക്കലും വിടുതലില്ല
മറ്റൊരുത്തനുമായി ബന്ധവുമില്ല.
നീ ഒരു വൃക്ഷം
ഞാനതിലെ പക്ഷി.
നീ തടാകം
ഞാനതിലെ മീൻ.
നീ ചന്ദ്രൻ
ഞാൻ നിന്നെ നോക്കിയിരിക്കുന്ന കിളി.
നീ മുത്ത്
ഞാൻ മാല കോർത്ത ചരട്."

8

"കുടിക്കുക, ദൈവികമായ ആ അമൃതനാമം!
വീണ്ടും വീണ്ടും കുടിക്കുക! ഉന്മത്തനാവുക!
മോശമായ കൂട്ടുകെട്ടുകൾ ഒഴിവാക്കുക

സത്സംഗമത്തിന്റെ ഗുണമറിയുക!
സത്സംഗമികൾക്കൊപ്പമിരിക്കുക.
അവന്റെ നാമം ശ്രദ്ധാപൂർവ്വം കേൾക്കുക!
കാമാസക്തി, ദേഷ്യം, അഹംഭാവം, അസൂയ, കെട്ടുപാടുകൾ
എല്ലാം ബോധത്തിൽനിന്ന് കഴുകിക്കളയുക.
മീരയുടെ പ്രഭുവാണ് ഗിരിധരൻ
അവൻ സ്നേഹസ്വരൂപൻ
അവന്റെ വർണ്ണത്തിൽ നിങ്ങളെത്തന്നെ മുക്കിക്കളയുക."

9

"ഞാൻ തീയിൽച്ചാടി സതി അനുഷ്ഠിക്കില്ല
ഞാൻ ഗിരിധരന്റെ നാമം പാടിപ്പാടി നടക്കും."

നിരവധി ആദ്ധ്യാത്മിക വഴികളിലൂടെ ഗൂഢാവബോധത്തിന് ഭാരതം അതിമഹത്തായ സംഭാവനകൾ നല്കിയിട്ടുണ്ട്. അതിവിപുലവും സ്നേഹാർദ്രവുമായ ഒരു ശാഖയാണ് ഭക്തിപ്രസ്ഥാനം. എണ്ണിയാലൊതുങ്ങാത്ത ഭക്തർ തങ്ങളുടെ സ്നേഹവും കണ്ണുനീരും അവരുടെ പ്രിയ ഗുരുക്കന്മാർക്കായി അർപ്പിച്ചിട്ടുണ്ട്, ഇപ്പോഴും അർപ്പിച്ചുകൊണ്ടിരിക്കുന്നു.

സാമർത്ഥ്യത്തിന്റെ സ്ഥാനത്ത് ഹൃദയ നൈർമ്മല്യവും ആത്മാർപ്പണവുമായിരുന്നു അവരുടെ കൈമുതൽ. മീര കൃഷ്ണഭക്തർക്കിടയിൽ സ്ഥിരപ്രതിഷ്ഠ നേടി. കൃഷ്ണനിൽ അലിഞ്ഞില്ലാതായപ്പോൾ അവരുടെ ജന്മം സഫലമായി. മീരയ്ക്ക് മരണമില്ല. ജനഹൃദയങ്ങളിൽ സ്ഥിരമായി ജീവിക്കുന്ന ഒരാൾക്ക് എങ്ങനെയാണ് മരിക്കാനാവുക?

മരണം അവർക്കു മുന്നിൽ മുട്ടുകുത്തുന്നു.

....

തെരേസ

ഒരൊറ്റ രത്നത്താൽ നിർമ്മിക്കപ്പെട്ട കൊട്ടാരമാണ്
മനുഷ്യാത്മാവെന്ന്
എനിക്കു മനസ്സിലായത്
അവിടം സന്ദർശിച്ചപ്പോഴാണ്.

-തെരേസ

യേശുവുമായുള്ള ആത്മീയബന്ധത്താൽ ഉയർത്തപ്പെട്ട തെരേസയുടെ ജീവിതം തീർത്തും ഒറ്റപ്പെട്ടതായിരുന്നു. അവരുടെ ആദ്ധ്യാത്മികാനുഭവങ്ങൾ അവരിലൂടെ അറിഞ്ഞതു കാരണം അവയ്ക്ക് സ്വാനുഭവങ്ങളുടെ സാക്ഷ്യപ്പെടുത്തലുണ്ടാവുന്നു. അവരെഴുതിയ ഗ്രന്ഥങ്ങൾ നിരവധി ഭാഷകളിലായി പ്രസിദ്ധീകരിക്കപ്പെട്ടിട്ടുണ്ട്. അവ മിസ്റ്റിക്കൽ സാഹിത്യശാഖയ്ക്കു നല്കിയ സംഭാവനകൾ അതിബൃഹത്താണ്.

തെരേസയുടെ അനുഭവങ്ങൾ തീവ്രമായിരുന്നു. അസാധാരണവും അത്യുൽക്കൃഷ്ടവും. ജീവിതത്തിലെ എല്ലാ അവസ്ഥകളും, പ്രണയമടക്കം, യേശുവുമായുള്ള സമ്പർക്കത്തിലൂടെ അവർക്കു ലഭിച്ചതായി അവർ രേഖപ്പെടുത്തിയിട്ടുണ്ട്. തങ്ങൾക്കു കൈവന്ന മിസ്റ്റിക്കൽ അനുഭവങ്ങൾ ഇത്രയധികം കൃത്യമായും മനോഹരമായും ഹൃദയസ്പർശിയായും തെരേസയെപ്പോലെ അധികമാരും സ്വയമെഴുതിയിട്ടില്ല. ലോകത്തെമ്പാടും പ്രസിദ്ധി ലഭിച്ച മറ്റൊരു മിസ്റ്റിക് വനിത ചരിത്രത്തിൽ ഇല്ലതാനും. മറ്റാരും ഇത്രയധികം കൊണ്ടാടപ്പെട്ടിട്ടുമില്ല. അവർ യേശുവിനാൽ അനുഗ്രഹിക്കപ്പെട്ട മിസ്റ്റിക് വനിതയാകുന്നു.

പല ഭക്തർക്കും അവരനുഭവിച്ച അവാച്യവും സർവ്വാധിശായിയുമായ അവസ്ഥകളെ വാക്കുകളിൽ സ്പഷ്ടമാക്കാൻ പ്രയാസമായിരുന്നു. പലരുമതിന് തുനിഞ്ഞില്ല. അനുഭവങ്ങൾ എന്നത് ആത്മാവിനു ലഭ്യ

മാകുന്ന സ്വന്തമായ കാര്യമായതിനാൽ അവയൊക്കെ വിവരണാതീത മായിത്തീരുകയാണ് പതിവ്. അതാണ് മിസ്റ്റിക്കൽ അവസ്ഥകളുടെ ഗുപ്ത സൗന്ദര്യം. ചെറിയചെറിയ ജീവിതാനുഭവങ്ങൾ മറ്റുള്ളവർക്കു വിവരിച്ചുകൊടുക്കാൻ ശ്രമിക്കുമ്പോൾ സംഭവിക്കുന്ന 'ചരട് മുറിയുന്ന' അവസ്ഥ, അല്ലെങ്കിൽ പറയാനുള്ളത് അല്പംപോലും പ്രകടിപ്പിക്കാനായില്ലല്ലോ എന്ന ദുഃഖം നമുക്കൊക്കെ അനുഭവമുള്ളതുമാണല്ലോ. അതിലുമപ്പുറത്തായ മിസ്റ്റിക്കൽ അനുഭവങ്ങളാവട്ടെ, പറയാൻ കഴിയായ്കയും, പറയാനറിയായ്കയും പറയുന്നത് അതല്ലാതായി മാറുകയുമാണ് പതിവ്. അതിനാലാവണം മിസ്റ്റിക്കുകൾ ഏറ്റവും അടുത്തവരോടുപോലും ഒന്നും മിണ്ടാതിരിക്കുന്നത്.

തങ്ങൾക്കു ലഭ്യമായ ഊർജ്ജത്തെ അകത്ത് അമർത്തിവയ്ക്കുകയും പുറമേക്ക് അതിന്റെ പ്രശാന്തമായ പാലൊളി വീഴ്ത്തി അഭിരമിക്കുകയും ചെയ്ത മിസ്റ്റിക്കുകളാണധികവും. അകത്ത് തന്റെ അനുഭവശക്തിയും മാഹാത്മ്യവും തീവ്രമായി അമർത്തിവെച്ച് പുറത്തേക്ക് ആത്മീയപ്രഭ ചൊരിഞ്ഞ മഹാന്മാരിൽ യേശുവിന്റെ സ്ഥാനം വളരെമുന്നിലാണ്. അദ്ദേഹത്തിനു ലഭ്യമായിരുന്ന ദൈവിക ശക്തിയുടെ ബലത്തിലാണ് അനീതിക്കെതിരെ അഹോരാത്രം പോരാടിയത്. അപ്പോഴൊക്കെ എതിരാളികളുടെ പീഡനങ്ങളെ തരണം ചെയ്യാൻ അദ്ദേഹത്തിന് കഴിഞ്ഞതും അനുഭവങ്ങളുടെ തീവ്രതകൊണ്ടുമാത്രമാണ്. ആ നിശ്ചയദാർഢ്യം യേശുവിന്റെ കൂടെത്തന്നെ ഉണ്ടായിരുന്നു. യേശു ദൈവപുത്രനാണെന്ന് വിശ്വസിക്കാത്ത ഒരാൾക്കുപോലും അദ്ദേഹം നടത്തിയ വിപ്ലവകരമായ നീക്കങ്ങളെ നിഷേധിക്കാനാവില്ല. യേശുവിന്റെ കാലശേഷം അദ്ദേഹം ഉയർത്തിയ മൂല്യങ്ങൾക്ക് എന്തു സംഭവിച്ചു എന്നു ചോദിക്കുന്ന ഒരാൾക്കു നല്കാനുള്ള മറുപടി മൂല്യച്യുതിയുടെ മറ്റുദാഹരണങ്ങളെപ്പോലെ താഴ്ച തന്നെയാണ്. ഒരു തത്ത്വശാസ്ത്രം അതുണർത്തിയ മഹാമനുഷ്യന്റെ തിരോധാനത്തിനു ശേഷം കളങ്കപ്പെടുന്ന കാഴ്ച യേശുവിൽ മാത്രമല്ല മറ്റെല്ലാത്തിലുമുണ്ടായിട്ടുണ്ട്. ഒരു ജനതയുടെ മോചനത്തിനായി ഉത്ഭവിക്കുന്ന തത്ത്വശാസ്ത്രം മറ്റു ജനതകളുടെ ഉണർവ്വിനായും സൈദ്ധാന്തിക യോജിപ്പുകൾക്കുകൂടിയും സഹായകമാവുന്നത് ലോകത്തിന്റെ പല ഭാഗങ്ങളിലായി ചിതറിക്കിടക്കുന്ന തത്ത്വസംഹിതകളുടെ കൈമാറ്റങ്ങൾ സൂക്ഷ്മമായി നോക്കിയാലറിയാം.

ഒരൊറ്റ സിദ്ധാന്തം എന്നൊന്നില്ല എന്നപോലെ ഒരൊറ്റ ജ്ഞാനവും ഇല്ല. മനുഷ്യരെല്ലാവരും ഒരുപോലെയല്ല. വൈവിദ്ധ്യവും സ്വാതന്ത്ര്യത്തിനുവേണ്ടിയുള്ള കുതിപ്പും കിതപ്പും ആണ് മനുഷ്യന് തെരഞ്ഞെടുക്കാനുള്ള അവകാശം നേടിക്കൊടുത്തത്. ഇത് നേരാംവണ്ണം നടന്നുകഴിഞ്ഞാലേ ഒരു ജനതയ്ക്കു വിവിധതരം സിദ്ധാന്തങ്ങളെ സ്വീകരിക്കാനുള്ള സ്വാതന്ത്ര്യം കിട്ടുകയുള്ളൂ. എന്തും സാംഗത്യമാവുന്ന ഒന്നാണ് ദൈവം. "ഒരു സാർവ്വത്രിക ദൈവശാസ്ത്രം ഇനി സാദ്ധ്യമല്ല. പകരം

സാർവ്വത്രികമായ ജ്ഞാനാനുഭവം സാദ്ധ്യമാണ് എന്നുമാത്രമല്ല അതാണ് ഇനി ആവശ്യവും''[3] എന്ന ബോധത്തിലേക്കു പുതിയ ലോകം എത്തിക്കൊണ്ടിരിക്കുന്നു.

മനുഷ്യന്റെ ബോധവളർച്ചയ്ക്കു അനുബന്ധമായി വന്നു ഭവിക്കുന്ന സാർവ്വത്രിക സിദ്ധാന്തങ്ങൾക്കു കാലം, ദേശം, സംസ്കാരം എന്നിവയുമായും അടുത്ത ബന്ധമുണ്ട്. ഒരു വിശ്വാസത്തിലധിഷ്ഠിതമായ കർമ്മങ്ങളും ആചാരങ്ങളും മറ്റൊരിടത്തേക്ക് പറിച്ചുനടുമ്പോൾ അവ മുഴച്ചുനില്ക്കാറുണ്ട്. എല്ലാ വിത്തുകളും എല്ലാ മണ്ണിലും വളരുന്നില്ല എന്ന തത്ത്വം ഇവിടെയും ബാധകമാണ്. സർവ്വാതിശായിയായ സ്രോതസ്സുകൾ സാർവ്വത്രികവും ഒരേ നീരുറവയിൽ നിന്ന് പ്രവഹിക്കുന്നതുമാകയാൽ ഒന്നിൽനിന്ന് മറ്റൊന്നിനു വ്യത്യാസമുണ്ടാവുന്നില്ല. ഒന്നിൽനിന്നു മറ്റൊന്നിനെ മാറ്റി നിർത്താനുമാവില്ല.

അതിനാൽ മീരയും തെരേസയും റാബിയയും ഒന്നുതന്നെ പാടുന്നു. ഒരുപോലെ പ്രേമിക്കുന്നു. ഒരുപോലെ അനുഭവങ്ങളുടെ കുരുക്കുകളെ അഴിച്ചിടുന്നു. സ്വതന്ത്രരാവുന്നു. ഇത് മിസ്റ്റിക്കൽ അനുഭവങ്ങളുടെ സമാനത വിളിച്ചോതുന്നു. യേശുവിന്റെ കാലശേഷം യേശുവിനു സംഭവിച്ചത് എന്നതുപോലെ മോസസിന്റെ കാലശേഷമെന്നും ബുദ്ധന്റെ കാലശേഷമെന്നും കൺഫ്യൂഷ്യസിന്റെ കാലശേഷമെന്നും മുഹമ്മദിന്റെ കാലശേഷമെന്നും ശ്രീശങ്കരാചാര്യരുടെ കാലശേഷമെന്നും മാറ്റിമാറ്റി പറയാവുന്നതുമാണ്. എല്ലാ പ്രവാചകന്മാർക്കും, വിശുദ്ധന്മാർക്കും, തത്ത്വചിന്തകന്മാർക്കും അനുയായികളിലൂടെ കൈവന്ന വിധിവൈപരീത്യം യേശുവിലും വന്നുഭവിച്ചു. എന്നാൽ അദ്ദേഹത്തിന്റെ ദൈവികമായ വിശുദ്ധിയുടെ ചൂട് എക്കാലവും നിലനിന്നിരുന്നു എന്നുള്ളതിനു നിരവധി തെളിവുകളിൽ ഒന്നായി, ഒന്നാമതായി, തെരേസയുടെ പ്രബന്ധങ്ങൾ മുന്നിലെത്തുന്നു. അവ മുഴുവൻ മിസ്റ്റിക്കൽ അനുഭവങ്ങളാണ്. അവയിൽ വായനക്കാരനും സത്യാന്വേഷിയും കാണുന്ന ഏറ്റവും മികവുറ്റ കാര്യങ്ങൾ പരിശോധിക്കുമ്പോൾ ഹൃദയത്തെ സമ്പുഷ്ടമാക്കുന്നത് അവരുടെ വിശുദ്ധിതന്നെയാണ്.

ഒരു കന്യാസ്ത്രീ തന്റെ ഏകാന്ത തപ്തമായ ഗൂഢമൗനങ്ങളിൽ നിറവായിലഭിക്കുന്ന അനുഭൂതികൾ അവരും അവരുടെ ഹൃദയേശ്വരനും മാത്രമായി പങ്കിടാനുള്ളതാണ് എന്ന് ധരിക്കുമ്പോഴാണ് തെരേസ എന്ന മഹതിയുടെ വെളിപ്പെടുത്തലുകളുടെ മഹനീയത നാമറിയുന്നത്. അവർക്കു ഒന്നും പ്രകടിപ്പിക്കാതിരിക്കാം. മറ്റുള്ളവരെപ്പോലെ നിശ്ശബ്ദയാവാം. എന്നാൽ അവർ ചുണ്ടനക്കി. അവ സൂക്തങ്ങളായി ഭവിച്ചു. യേശുവിന്റെ മണവാട്ടിയായിത്തീരാൻ ഭാഗ്യവതികളായി നില്ക്കുന്നവരുടെ നീണ്ട നിരയിലെ പ്രഥമയും ആദ്യത്തെ അർഹയും തെരേസ തന്നെ. ദീർഘമായ അനുഭവസമ്പത്തുകൾ അക്ഷരങ്ങളായി തെരേസ കോർത്തുവെച്ചതിന്റെ ഗുണം മിസ്റ്റിക്കൽ പാതയിൽ സഞ്ചരിക്കുന്നവർക്കു ഇന്നും നല്കുന്ന സന്തോഷം കുറച്ചൊന്നുമല്ല. തെരേസയുടെ ആന്തരിക ഹർമ്മ്യങ്ങളിലെ

നെടുവീർപ്പും നിസ്സംഗതയും പുഞ്ചിരിയും പ്രേമാഭിലാഷങ്ങളും കാമനിർവൃതിയും ഒരാളെ കൊണ്ടു ചെന്നെത്തിക്കുന്ന ഇടം പ്രിയതമന്റെ സമ്മോഹനമായ മണിയറതന്നെയാണ്. മീരയും കൃഷ്ണനും തമ്മിലെ കാല്പനികതയ്ക്കും തെരേസയും യേശുവും തമ്മിലെ പ്രേമബന്ധത്തിനും കാണാവുന്ന നേരിയ വ്യത്യാസം, കൃഷ്ണനൊരിക്കലും മീരയെ പീഡിപ്പിച്ചിരുന്നില്ല എന്നതും യേശുവിന്റെ പ്രേമപ്രകടനങ്ങളിൽ തെരേസ വേദന അനുഭവിച്ചിരുന്നു എന്നതുമാണ്. ഈ വേദന അസഹനീയമാണ് എന്നും ആത്മാവിനു മാത്രമല്ല ദേഹത്തിനും അതിന്റേതായ പങ്കു വഹിക്കേണ്ടി വന്നിരുന്നു എന്നും അവർ വ്യക്തമായി രേഖപ്പെടുത്തിയിട്ടുണ്ട്.

മീര കൃഷ്ണനുമായുള്ള പ്രേമബന്ധംകാരണം പ്രയാസമനുഭവിച്ചു. തെരേസ യേശുവുമായുള്ള ബന്ധത്താലും. ഇത് മാനസികമായുള്ള ഒരു തരം വിഹ്വലതകൊണ്ടുണ്ടായ പീഡനാനുഭവമാണ് എന്ന് പറയാനെളുപ്പമാണെങ്കിലും അവരുടെതന്നെ സത്യസന്ധമായ വെളിപ്പെടുത്തലുകൾ സാക്ഷ്യപ്പെടുത്തുന്നത് മറ്റൊരവസ്ഥയെക്കുറിച്ചാണ്. അവർക്കുണ്ടായ ഹർഷോന്മാദവും ആനന്ദപരവശതയും പുറമേക്ക് സാധാരണ ജീവിതത്തിൽ ഒരാൾക്കു ലഭ്യമാകുന്ന സുഖദുഃഖങ്ങളെപ്പോലുള്ളവയായിരുന്നു. പക്ഷേ, അളവിൽ വളരെയേറെ വ്യത്യാസമുണ്ടായിരുന്നു. കന്യകയായിരുന്ന തെരേസ, യേശുവിനെ മണവാളനും തന്റെ സർവ്വസ്വവും ദൈവപുത്രനും ആയി സ്വീകരിക്കുമ്പോൾ അവർക്കു ലഭ്യമായ അനുഭൂതി ഒരു രാജകുമാരിക്കോ സാധാരണ ഭക്തയ്ക്കോ ലഭിക്കാത്തത്ര ഉയരത്തിലുള്ളതായിരുന്നു. ഒരു പെൺകുട്ടിക്ക് പ്രേമിയെയും ഭർത്താവിനെയും ലഭിക്കുക എളുപ്പം. ആ പുരുഷൻ അവളുടെ സർവ്വസ്വവും ആയിത്തീരുന്നതും സ്വാഭാവികം. എന്നാൽ ആ പുരുഷൻ ദൈവികതയുടെ മൂർത്തീഭാവമായിത്തീർന്ന് പ്രേമവും കാമസുഖവും അനുഭവിക്കാൻ സന്ദർഭം ലഭിക്കുക അസാധാരണവും. തന്നെ കുന്തംകൊണ്ട് മുറിവേല്പിച്ചു, തന്റെ രക്തം അവൻ കണ്ടു എന്നു പറയുന്ന തെരേസ അവന്റെ ചുംബന സുഖത്തെക്കുറിച്ചും അവൻ തന്റെ മാറിടത്തെ പ്രശംസിച്ച കാര്യവും തുറന്ന് പ്രകടിപ്പിക്കുന്നുണ്ട്. ഇതത്ര നിസ്സാരമൊന്നുമല്ല.

തെരേസയുടെ ആന്തരിക ഹർമ്മ്യങ്ങളിൽ വിരിഞ്ഞുല്ലസിക്കുന്ന പൂക്കളിൽ സുഗന്ധമുള്ളതും ഇരുണ്ടതും ഉണങ്ങിയവയുമുണ്ട്. അവയുടെ വൈവിദ്ധ്യം നിറഞ്ഞ അവസ്ഥകളിലൂടെ ഒരു സത്യാന്വേഷി കണ്ടെത്തുന്നത് സത്യസന്ധമായ മിസ്റ്റിക്കൽ അനുഭവങ്ങളുടെ പാകപ്പെടലുകളാണ്. പാകപ്പെടാൻ തീച്ചൂളകളുടെ താഡനം അത്യന്താപേക്ഷിതമാണ്. തെരേസയുടെ ജീവിതത്തിൽ ഈ അവസ്ഥകൾ-പീഡനം, ലാളനം, പ്രേമം, ദുഃഖം, സുഖം- വളരെയധികം കലർന്ന് കിടക്കുന്നതിനാൽ അവരോട് നമുക്കു തോന്നുന്ന സ്നേഹവും ആദരവും കുറച്ചൊന്നുമല്ല. അവരനുഭവിച്ച കാര്യങ്ങളൊന്നും ഒളിച്ചുവയ്ക്കാതെ

തന്റെ സഹയാത്രികർക്കു പറഞ്ഞുകൊടുക്കാൻ അവർക്കൊരു മടിയുമുണ്ടായിരുന്നില്ല. ശാരീരിക പീഡനമായാലും ശാരീരികാസ്വാസ്ഥ്യങ്ങളായാലും മരണത്തെ അഭിമുഖീകരിച്ച അവസ്ഥയായാലും ചുംബനസുഖത്തെക്കുറിച്ചായാലും കാമത്തെക്കുറിച്ചായാലും ഒരുപോലെ.

ആത്മീയാനുഭവങ്ങൾ തുറന്നുപറയുന്ന അവരുടെ ശീലം മറ്റു മിസ്റ്റിക്കുകളിൽ ദുർബ്ബലമായേ കാണാനാവൂ. ഒരു അസാധാരണ സ്ത്രീ എന്ന നിലയിലല്ലാതെ ഒരു അനുഭവസ്ഥ എന്ന നിലയിൽ വിഹരിക്കാനാണ് അവർ ആഗ്രഹിച്ചത്. അവരുടെ അനുഭവങ്ങളുടെ തീവ്രത ഈ പാതയിൽ സഞ്ചരിക്കുന്ന ആരെയും അത്ഭുതപ്പെടുത്തും. ആത്മീയാനുഭവസമ്പത്ത് മുഴുവൻ അവർ വാരിക്കോരി വിതറുമ്പോൾ അതിനേക്കാൾ എത്രയധികം യഥാർത്ഥത്തിൽ അനുഭവിച്ചിരിക്കും എന്നാണ് നാം ഓർത്തുപോവുക! ഒരാൾക്കും തന്റെ അനുഭവങ്ങൾ മുഴുവനായി പ്രകടിപ്പിക്കാനാവില്ല എന്ന സത്യം അറിയാവുന്നവരാണല്ലോ നാം. യേശുവിനെ തെരേസ പലതരത്തിൽ ദർശിച്ചിട്ടുണ്ട്. സുന്ദരനായി, ദൈവപുത്രനായി, വിശുദ്ധനായി, പ്രഭുവായി. ഈ അവസ്ഥകളിൽ യേശുവിനെ ദർശിക്കുമ്പോഴൊക്കെയും തന്റെ ഉള്ളിൽ കാത്തുസൂക്ഷിക്കുന്ന പ്രേമം തെരേസ കൈവിടാതെ പിടിക്കുന്നുണ്ടുതാനും.

എന്താണീ സ്നേഹപ്രകടനത്തിന് പേരിടാനാവുക? ദിവ്യപ്രേമം, അലൗകികസ്നേഹം, വിശ്വപ്രേമം? ഇരുണ്ട മുറിക്കകത്തെ ഏകാന്തമായ ധ്യാനാവസ്ഥയിൽ അവർക്കു ലഭ്യമായിരുന്ന അനുഭൂതികൾ മറ്റാർക്കും കാണാനോ അറിയാനോ ആവുമായിരുന്നില്ല. ആ മണിയറയിൽ യേശു ദൈവപുത്രനായും ആശാരിയായ കാമുകനായും പ്രതാപിയായും രാജകുമാരനായും പ്രേമിയായും നോവിക്കുന്നവനായും പ്രത്യക്ഷപ്പെട്ട് തെരേസക്കു മാത്രമായവനായിത്തീരുമ്പോൾ മുഴുലോകത്തിനുമായി അവതരിച്ചവൻ തെരേസയുടെ മാത്രം കാമുകനായിത്തീരുകയല്ലേ എന്ന ചോദ്യത്തിനു അവർ തന്റേതായ ഉത്തരം നല്കുന്നുണ്ട്.

“ഒരു ദിനം വരും. അപ്പോൾ അറിയും അവൻ ആരാണെന്ന്. ഞാനെന്നെപ്പറ്റിപ്പറയുകയല്ല. എന്തെന്നാൽ എന്റെ ഹൃദയത്തിന്റെ ബലഹീനതകൾ ലോകത്തിനറിയാവുന്നതാണ്. ലോകത്തിന് എന്റെ കാര്യം അറിയാം എന്നത് എനിക്ക് ആത്മധൈര്യം നല്കുന്നുണ്ട്.”

അവരും പ്രിയതമനും തമ്മിലെ ബന്ധം തികച്ചും വ്യക്തിപരമെന്നു പ്രസ്താവിക്കാനാണ് അവർക്കിഷ്ടം. സഹോദരിമാരെയും കുഞ്ഞുങ്ങളെയുംകുറിച്ച് പറയുമ്പോഴാകട്ടെ അവർ കയറി നില്ക്കുന്ന പീഠം വളരെ ഉയർന്നതുമാണ്. മാനസികമായ തയ്യാറെടുപ്പിനെക്കുറിച്ചും തനിക്കു ലഭ്യമാകുന്ന അനുഭൂതിയെക്കുറിച്ചും താരതമ്യപ്പെടുത്തുമ്പോഴാണ് തെരേസ യഥാർത്ഥത്തിൽ പുണ്യവതിയാവുന്നത്. മരണത്തെക്കുറിച്ചുള്ള ഓർമ്മ (ഭയമല്ല) അവർക്ക് എല്ലാം തുറന്നുപറയാനുള്ള ധൈര്യം നല്കുന്നു. ഒരു സാധാരണ കാമുകിയായി മാറിവരുന്ന സന്ദർഭങ്ങളിൽ അവർ പ്രകടിപ്പിക്കുന്ന നൊമ്പരവും ആധിയും കാണുമ്പോൾ ഒരു

പുണ്യവതിക്ക് എങ്ങനെ തന്റെ ഹൃദയം ഇത്രയേറെ സുതാര്യമായി പ്രകടിപ്പിക്കാൻ കഴിയുന്നു എന്ന് നാം അത്ഭുതം കൂറും. വേദനയും വിശുദ്ധിയും പ്രേമനൊമ്പരവും പ്രിയതമനിൽനിന്ന് അനുഭവിക്കുന്ന കാര്യം അവർ വ്യക്തമാക്കുന്നു.

“അവൻ ഉയരം കൂടിയവനല്ല; എന്നാൽ കുറിയവനുമല്ല. അതിസുന്ദരൻ. അവന്റെ മുഖം ശ്രേഷ്ഠമായ മാലാഖയുടെ മുഖത്തേക്കാളും സുന്ദരമായത്. തീജ്വാലപോലെ. അവന്റെ കൈയിൽ ഞാൻ ഒരു ദിവ്യമായ സ്വർണ്ണക്കുന്തം കണ്ടു. അതിന്റെ അഗ്രത്തിൽ നേർത്ത തീയും. അതവൻ എന്റെ ഹൃദയത്തിലേക്ക് തുളച്ചുകയറ്റി. അതെന്റെ കുടൽമാലയിൽ കയറുകയും ചെയ്തു. ആ കുന്തം വലിച്ചൂരിയപ്പോൾ അവനെന്റെ കുടൽമാല വലിച്ച് പുറത്തെടുത്തെന്ന് എനിക്കു തോന്നി. എന്നിട്ടെന്നെ ദൈവപ്രേമം കുടിക്കാൻ അനുവദിച്ചു. കുന്തം ഊരിയെടുത്ത വേദനയിൽ ഞാൻ അതികഠിനമായി കരഞ്ഞു. വേദനയുടെ മൂർദ്ധന്യം തന്ന മധുരം കുറയരുതെന്നു ആശിച്ചു. ആത്മാവിനുമാത്രമായി അനുഭവപ്പെടുന്ന ഈ മധുരമായ വേദന ദൈവത്തിനു മാത്രമേ അറിയാനാവൂ എന്നെനിക്കറിയാം. അത് ശാരീരികമായ വേദനയായിരുന്നില്ല, ആത്മീയമായിരുന്നു. എന്നാൽ ശരീരവും ഈ വേദനയിൽ കാര്യമായ പങ്കുവഹിച്ചു. ദൈവത്തിനും ആത്മാവിനും ഇടയിൽ നടന്ന ഈ അനിർവ്വചനിയതയെക്കുറിച്ച് ഞാൻ പറയുന്നത് കള്ളമാണെന്ന് ആരെങ്കിലും പറയുമെങ്കിൽ, ഞാൻ ദൈവത്തോട് പ്രാർത്ഥിക്കുന്നു: നന്മനിറഞ്ഞവനേ, ആ പറയുന്നവർക്കും ഇത്തരത്തിലൊരു അനുഭവം നല്കണമേ എന്ന്.”

ഇത്രയും സ്പഷ്ടമായും വെട്ടിത്തുറന്നും പറയാനുള്ള ശക്തി തെരേസയ്ക്കുണ്ടായത്, പ്രേമിയുടെ സമ്പർക്കം താനനുഭവിക്കുന്നത് തീർത്തും വ്യക്തിപരമാണ് എന്ന് കണ്ടെത്തിയതുകൊണ്ടാണ്. മീരയിലും റാബിയയിലും ഇത്തരമൊരവസ്ഥ വന്നുഭവിച്ചതായി കാണുന്നുണ്ട്. മീരയുടേത് “എന്റെ പ്രിയതമൻ കൃഷ്ണൻ” എന്ന അവസ്ഥയായിരുന്നു. തെരേസയുടെ സംശുദ്ധവും ഏകാന്തവും ധ്യാനനിമഗ്നവുമായ ജീവിതം ഒരേദിശയിലേക്കുള്ള പ്രയാണമായിരുന്നു. മണവാളനിൽ നിന്ന് എല്ലാ അവകാശവും നേടിയെടുക്കുക എന്നത് അവരുടെ ലക്ഷ്യമായിരുന്നു. അതിനാൽ അവരുടെ വാക്കുകൾ സത്യസന്ധവും നിർമ്മലവും നേർക്കുനേരെയുള്ളതുമായി ഭവിച്ചു. തെരേസയുടെ പ്രസ്താവങ്ങൾ അവർ ജനിച്ച മതത്തിനു നല്കിയ മിസ്റ്റിക്കൽ ഭാവവും ശക്തിയും അതിനെ ഗൂഢാത്മകതയിലെത്താൻ കുറച്ചൊന്നുമല്ല സഹായിച്ചത്. ഇത്തരം മഹാജീവിതങ്ങൾക്കു ക്രിസ്തുമതം നല്കിയ പ്രാധാന്യം അതിന്റെ ആദ്ധ്യാത്മിക വളർച്ചയ്ക്കു വളം നല്കുകയും ചെയ്തു. മീര നല്കിയ മിസ്റ്റിക്കൽ സംഭാവനകൾ ഭാരതീയ ഭക്തിപ്രസ്ഥാനത്തിന്റെ സ്രോതസ്സുകളിൽ ഒന്നായിത്തീർന്നതുപോലെ. ഇത്തരം വ്യക്തിപ്രഭാവങ്ങൾ മതപ്രസ്ഥാനങ്ങൾക്കു നല്കുന്ന ഊർജ്ജത്തെക്കുറിച്ച് അധികമാരും ശ്രദ്ധിക്കാറില്ല.

തെരേസയുടെ അനുഭവപ്രബന്ധങ്ങളിലൂടെ കടന്നുപോകുന്ന സത്യാന്വേഷികൾക്കു അവർ നല്കുന്ന പ്രചോദനവും കരുത്തും ദാഹശമനവും വിവരണാതീതമാണ്. സ്പെയിനിൽ ജനിച്ച തെരേസയുടെ മിസ്റ്റിക്കൽ അനുഭവങ്ങൾ ഭാരതീയ ഗുപ്തജ്ഞാനവുമായും ഇറാഖിലെ റാബിയയുടെതുമായും ബന്ധപ്പെട്ടിരിക്കുന്നു. ഈ അറിയാച്ചരടിന്റെ കൊളുത്തലുകളെയാണ് മിസ്റ്റിക്കൽ ബന്ധങ്ങൾ എന്നു വിളിക്കുന്നത്. ഇവരുടെ അനുഭവങ്ങളുടെ ഉണർവ്വിൽ വിരിയുന്ന അഭൗമകുസുമങ്ങളുടെ മനോഹാരിത ഒരാളെ കൊണ്ടുചെന്നെത്തിക്കുന്നത് വിശുദ്ധ പ്രേമത്തിന്റെ തട്ടകത്തിലേക്കാണ്. ഇത് അയാളുടെതന്നെ ഉള്ളിൽ ഉറഞ്ഞു കിടക്കുന്ന അറിവിന്റെ നെരിപ്പോട് ഊതിക്കത്തിക്കുന്നു. അയാളറിയാതെ. തെരേസയുടെ പ്രേമാനുഭൂതിയിൽ ഉരുത്തിരിഞ്ഞ ഊർജ്ജം കൈമുതലാക്കി ഒരാൾ മിസ്റ്റിക്കൽ പാതയിൽ ഉയരുമ്പോഴൊക്കെ അവരുടെ ജീവിതം നല്കുന്ന നിസ്വാർത്ഥമായ പച്ചപ്പുകളെയാണ് നന്ദിയായി ഓർക്കേണ്ടത്. ഒന്നും നേടാനില്ലാതെ, എന്നാൽ നല്കാനായി മാത്രം നെയ്തെടുത്ത അവരുടെ സ്നേഹമധുരങ്ങളെയാണ് അറിയേണ്ടത്. ഇത്തരത്തിലുള്ള വ്യക്തികളുടെ അനുഭവങ്ങളിലൂടെ കടന്നുചെല്ലുന്ന ഒരാളിൽ പെയ്തിറങ്ങുന്ന സ്നേഹം അയാളുടെ ജീവിതത്തെ സന്തുലിതമാക്കുകയും അയാളൊരു പുതിയ സ്നേഹാർത്ഥി ആയിത്തീരുകയും ചെയ്യുന്നു. പ്രേമത്തിന്റെ തീവ്രത സ്വീകരിക്കാനുള്ള കഴിവ് നമ്മൾ കരുതുന്നതിനേക്കാളേറെ ഒരാൾക്കു സ്വാംശീകരിക്കാനും ഹൃദയത്തിൽ നിറയ്ക്കാനും കഴിയും. അതൊരു അനുഗ്രഹമാണ്. തെരേസയുടെ അതിരുകവിഞ്ഞ സ്നേഹബഹുമാനങ്ങളെ സ്വപ്നമാണെന്നും അസ്ഥിരമായ മനോനിലയിലെ ജല്പനങ്ങളെന്നും പറഞ്ഞ് ആക്ഷേപിക്കാം. അവർക്കു ലഭ്യമായ അവസ്ഥയുടെ അളവോ പ്രാധാന്യമോ അനുഭൂതിയോ മനസ്സിലാക്കാതെ അങ്ങനെയൊരു ആക്ഷേപം ഉയർത്തുന്നത് മര്യാദയല്ല. അതെന്തായിരുന്നു എന്ന് അല്പംപോലും മനസ്സിലാക്കാൻ തുനിയാതെ ഇകഴ്ത്തുന്നത് കാര്യങ്ങളെ നേരാംവണ്ണം കണ്ടറിയാത്തതിനാലാണ്. അതുകൊണ്ടുതന്നെയാവണം അനുഭവം എന്നത് മറ്റെന്തിനേക്കാളും കാര്യമായതാണ് എന്നവർ കൂടെക്കൂടെ നമ്മെ തെര്യപ്പെടുത്തിക്കൊണ്ടിരുന്നത്. അവർ പ്രാർത്ഥിച്ച കാര്യം നാം മറക്കരുത്. “നന്മനിറഞ്ഞവനേ, ആ പറയുന്നവർക്കും നീ ഇത്തരമൊരു അനുഭവം കൊടുക്കേണമേ!”

ഇത്തരം പ്രസ്താവങ്ങളെ ഗൗരവമായി കണക്കിലെടുത്ത് ഗവേഷണ കുതുകികൾ പലതിനും അർത്ഥം കണ്ടെത്തിക്കൊണ്ടിരിക്കുന്നു. മിസ്റ്റിസിസത്തിന്റെ അനന്തമായ മേഖലകൾ അവർ പഠനവിധേയമാക്കിക്കൊണ്ടിരിക്കുന്നു. അതിന്റെ അടയ്ക്കാത്ത വാതിൽ തള്ളിയാൽ മതി. തുറക്കും. കുറേപ്പേർ ഇതിനകം അകത്തു കയറിയിട്ടുമുണ്ട്. അകത്ത് എത്തിയവർ അനന്ത സാദ്ധ്യതകൾ അറിയുകയും ചെയ്തിരിക്കുന്നു. തിരഞ്ഞെത്തുന്നവരെ സ്വീകരിക്കാൻ നിരവധി പേരുണ്ടവിടെ.

തെരേസ എഴുതുന്നു.

“ഒരു കാര്യം മനസ്സിലാക്കുക: തിളങ്ങുന്ന സൂര്യൻ നടുവിലുള്ള ഒരാത്മാവ്, എന്തൊക്കെ വന്ന് മൂടിയാലും അതിന്റെ സൗന്ദര്യവും തേജസ്സും കാത്തുസൂക്ഷിക്കും. സ്ഫടികത്തിനുമേൽ കറുത്ത തുണിയിട്ടാൽ വെളിച്ചത്തെ താല്ക്കാലികമായി മറയ്ക്കാനാവും. ഒരിക്കലും സ്ഫടികത്തിന്റെ കാന്തി നഷ്ടപ്പെടുത്താനാവില്ല.”

ഇതറിയുന്നവൻ സാദ്ധ്യതകളുടെ പൊരുളറിയുന്നു. അയാൾ പിന്നീടെത്തിച്ചേരുന്ന ഇടമാവട്ടെ ആന്തരികമായ ഹർമ്മ്യങ്ങളിലാവും. അത്തരമൊരു അവസ്ഥയെക്കുറിച്ച് തെരേസ വ്യക്തമാക്കുന്നതിങ്ങനെ:

“ഈ കൊട്ടാരത്തിനകത്ത് അനേകം തട്ടുകളുണ്ടെന്ന് അറിഞ്ഞാലും-മേലെയും കീഴെയും പാർശ്വങ്ങളിലുമായി. എന്നാൽ മദ്ധ്യത്തിൽ സ്ഥിതിചെയ്യുന്ന പ്രധാനതട്ടിലാണ് ദൈവവും ആത്മാവുമായി ഗുപ്തമായ രഹസ്യങ്ങൾ കൈമാറുന്നത്.”

തെരേസയുടെ തീവ്രമായ വേദനയും മറ്റു കന്യാസ്ത്രീകളെ അപേക്ഷിച്ച് അവർക്കു ലഭിച്ച ഔന്നത്യവും കാണിക്കുന്നത് അവരും ദൈവവുമായുള്ള പ്രേമബന്ധത്തിന്റെ ആഴമാണ്. അവർ നമുക്ക് വിവരിച്ചു തരുന്നത് അവരാദ്യം അനുഭവിച്ചതിനുശേഷമാണ്. അനുഭവങ്ങളാണ് അവരുടെ ശക്തി. അവർ സഹോദരിമാരോടും കുഞ്ഞുങ്ങളോടും പറഞ്ഞു:

“ദൈവം നിങ്ങളെ ഈ ആദ്ധ്യാത്മികാവസ്ഥയിൽ ആക്കിത്തീർക്കാനാണ് ഭൂമിയിലേക്ക് കൊണ്ടുവന്നതെങ്കിൽ, ഒരു വധുവിനു ലഭിക്കാനുള്ള ശാന്തിയും സ്നേഹവായ്പും ചോദിച്ചുവാങ്ങുക. അവനോട് കേണപേക്ഷിക്കാനും കരഞ്ഞഭ്യർത്ഥിക്കാനും, അങ്ങനെ ലഭിക്കാനുമുള്ള അഭിലാഷം പൂർത്തീകരിക്കാനും മടികാണിക്കരുത്. ചോദിക്കുന്നത് അവൻ തീർച്ചയായും തരാതിരിക്കില്ല.”

ഒരു മിസ്റ്റിക്കൽ മനസ്സിന്റെ യഥാർത്ഥ അവസ്ഥയാണിത്. തന്റെ പ്രേമഭാജനത്തോട് എന്തും ചോദിക്കാനുള്ള സ്വാതന്ത്ര്യം ഉണ്ട് എന്ന് പൂർണ്ണമായും അറിയുന്ന അവസ്ഥ. ഈ സ്വാതന്ത്ര്യം ലഭ്യമാകുന്നത് ഭയം നീങ്ങി സ്നേഹം പൂർണ്ണമായും വന്നുനിറയുമ്പോഴാണ്. സ്നേഹം പൂർണ്ണമായി കരഗതമാവുമ്പോൾ എല്ലാ അറകളിലും അതിന്റെ തേജസ്സ് വന്നുനിറയുന്നു. അത് ലാവണ്യം ഉണ്ടാക്കുന്നു. ചോദിക്കാനുള്ള സ്വാതന്ത്ര്യം ഉടലെടുക്കുന്നു. കരയുകയും പരിഭവിക്കുകയും പിണങ്ങുകയും ചെയ്യുന്നു. ഇവയൊക്കെ സ്നേഹത്തിന്റെ അടയാളങ്ങളാണ്. പ്രിയപ്പെട്ടവനും പ്രിയതമയും, വരനും വധുവും, കാമുകനും കാമുകിയും. ഇങ്ങനെയൊരവസ്ഥ പ്രണയത്തിലൂടെ ലഭ്യമാവുമ്പോൾ വേലികൾ പൊളിയുന്നു. ദൈവം തന്റെ കൈക്കുള്ളിലാവുന്നു. കറുത്ത തുണിയിട്ടാലും മങ്ങാത്ത കാന്തി ഹൃദയത്തിൽ കെടാതെ നില്ക്കുന്നു.

മനസ്സിൽനിന്ന് ഭയം നീങ്ങുന്ന അവസ്ഥയിലാണ് സ്നേഹം അതിന്റെ പകിട്ട് കാണിക്കുന്നത്. അതുകൊണ്ടാണ് ദൈവഭയമുള്ള ഒരാളും, ദൈവസ്നേഹമുള്ള മറ്റൊരാളും വാക്കിലും നോക്കിലും

പ്രവൃത്തിയിലും പെരുമാറ്റത്തിലും വിശ്വാസത്തിലും വലിയ അകലം തീർക്കുന്നത്. ദൈവഭയമുള്ള ഒരാൾ ദൈവത്തെ സംശയിക്കുന്നു. സ്നേഹിക്കുന്ന ആൾ സ്നേഹിക്കുക മാത്രം ചെയ്യുന്നു. അർപ്പിക്കുന്നു. അങ്ങനെ അവൻ എല്ലായിടത്തും, തന്നിലും ചുറ്റും പ്രകൃതിയിൽ മുഴുവനായും ഉള്ളവനായി മനസ്സിലാക്കുന്നു. ഈ അറിവ് ഭയം എന്ന വികാരത്തെ ഉന്മൂലനം ചെയ്യുന്നു.

“എത്രമാത്രം വിഡ്ഢികളായാണ് നമ്മൾ, ‘ആ മുറിയിൽ ആരുമില്ല. നിങ്ങൾ കയറിക്കോള്ളൂ’ എന്ന് ഒരാളോട് പറയുന്നത്. അവൻ അകത്തുണ്ടെന്ന് വിശ്വസിക്കാതെ.”

ഒഴിഞ്ഞ ഒരിടം എന്നൊന്നില്ല. ഒഴിഞ്ഞ ഇടത്തും അവൻതന്നെ: നിറഞ്ഞ ഇടത്തിലും. വിത്തും വൃക്ഷവും ഫലവും പൂവും സുഗന്ധവും അവൻതന്നെ. അങ്ങനെ അറിയുന്ന ഒരാൾക്കു അറിയാനാവും തൊടുന്നതൊക്കെ അവനെയാണെന്ന്. കാണുന്നതൊക്കെ അവന്റെ ചൈതന്യമാണെന്ന്. ആ ചൈതന്യധാരയിൽ മുങ്ങുമ്പോഴാവട്ടെ അനുഭവിക്കുന്നത് ആത്മാവിന്റെ സമ്മോഹനമായ നിർവൃതികളാണെന്നും. കാല, ദേശ, മത, ജാതി, വർഗ്ഗവ്യത്യാസമില്ലാതെ ആദ്ധ്യാത്മാവസ്ഥകളിലേക്ക് പോകുന്ന ആരും എത്തിപ്പെടുന്ന ഒരിടത്തേക്കുതന്നെ ആവിലയിലെ തെരേസയും എത്തിച്ചേർന്നു. ഈ അവസ്ഥ അവർക്കു മുമ്പും പിമ്പും ദേശഭാഷാഭേദമന്യേ പലർക്കും കരഗതമായതാണ്. ഈ ലഭ്യതയ്ക്കു അവശ്യം വേണ്ടത് ആത്മാർത്ഥതയും വിശ്വാസവും അർപ്പണവും.

“ആത്മാർത്ഥമായുള്ള സാധകന് സ്വാഭാവികമായ അനിവാര്യതയോടെ ദിവ്യാനുഭവം ഉണ്ടാകുന്നു. അവന്റെ കലശലായ അഭിവാഞ്ഛ ഈശ്വരനെ അപ്രതിരോദ്ധ്യമായ ശക്തിയോടെ ആകർഷിക്കുന്നു. ആ വികാരതീക്ഷ്ണതയുടെ കാന്തികശക്തിയാൽ ഈശ്വരൻ പ്രപഞ്ചദർശനമായി സാധകന്റെ ബോധപരിധിക്കുള്ളിൽ എത്തിച്ചേരുന്നു.”[4]

ഈ കാന്തികശക്തിയിലൂടെ കടന്നുപോകുന്ന ഹൃദയങ്ങൾക്കു പ്രപഞ്ചശക്തി വെള്ളവും വളവും നല്കുന്നു. അവർ ഒഴുകുന്നു. ചോദിച്ചാലാർക്കും ലഭ്യമാകുന്ന ഒന്ന്. ചോദിക്കാതെയും ലഭ്യമാകുന്നത്. ഉണർന്നാൽ അറിവായിത്തീരുന്നത്, ഉണർത്താൻ പ്രാപ്തമായത്. ഉയർന്നതും ഉയർത്തുന്നതും അത്. ഉറച്ചിരിക്കാനും ഉന്മാദനാവാനും ഉദാരനാവാനും ഈ ഉണ്മ കാരണമായും തീരുന്നു. ഉറച്ചവിശ്വാസം മാത്രം മതി.

ഈ അനുഭവപ്രാപ്തി വായിക്കുന്നവനു മാത്രമല്ല, വായ അടച്ചിരിക്കുന്നവനും ലഭ്യം. മൗനിക്ക് ആഴത്തിൽ അതെക്കുറിച്ചറിയാം. വാചാലനെ അത് ദൂരെ നിർത്തുന്നു. വിനയമുള്ളവനെ അത് വിരൽതൊട്ട് അനുഗ്രഹിക്കുന്നു, വിമോചിതനാക്കുന്നു, വിജ്ഞാനിയാക്കുന്നു.

തെരേസയുടെ നീണ്ട വർഷത്തെ അനുഭവങ്ങളുടെ അന്തഃസാരം നല്കിയ ആത്മഹർഷങ്ങളെക്കുറിച്ച് അറിവാകുമ്പോൾ അവർ നടന്ന

മൂർച്ചയുള്ള വായ്ത്തലകൾ സമ്മാനിച്ച വേദനയുംകൂടി നാം അറിയേണ്ടതുണ്ട്. ആ വഴിയിൽ പുഷ്പങ്ങൾ മാത്രമല്ല മുള്ളുകളും മുൾക്കിരീടവും കിടക്കുന്നു എന്നതിന്റെ ഏറ്റവും വലിയ തെളിവുകളായി യേശുവും അദ്ദേഹത്തിനു മുമ്പും പിമ്പും അനുഭവസ്ഥരായവരും നിരയായി നില്പുണ്ട്. ഈ അവസ്ഥയിലെത്തുന്ന ആൾ എഴുതുന്നതിനും വിളിച്ചുപറയുന്നതിനും പാടുന്നതിനും വരയ്ക്കുന്നതിനും അയാളുടെ 'സാധാരണ' അവസ്ഥയുമായി ഒരു ബന്ധവും ഇല്ല. എന്തുകൊണ്ടിങ്ങനെ സംഭവിക്കുന്നു എന്നാണെങ്കിൽ, സാധാരണ ചിന്തിക്കുകയും ഉദ്ദേശിക്കുകയും ചെയ്യുന്നതിനപ്പുറത്ത് അയാൾ എത്തുന്നു എന്നാണുത്തരം. കുറിപ്പിട്ട് തിരഞ്ഞെടുക്കപ്പെട്ട വ്യക്തികൾക്കേ ദൈവാനുഭവങ്ങൾ ആകാവൂ എന്ന് ശഠിക്കുമ്പോൾ ദൈവിക സാദ്ധ്യതകളെ നമ്മൾ കുറച്ചുകാണുകയാണ്. അതിനപ്പുറത്ത് എന്നാൽ കൈയെത്തും ദൂരത്തായി "എല്ലാം ഉണ്ട്" എന്ന് അറിവാകുമ്പോൾ "ഇത്രയധികം എളുപ്പമായിരുന്നോ ഇത്?" എന്ന് നാം അത്ഭുതപ്പെടുന്നു. ഏത് വഴി സ്വീകരിക്കുമ്പോഴും ആദ്യമൊരു പതർച്ച സ്വാഭാവികം. അർത്ഥവും വഴികളിലെ സാദ്ധ്യതകളും അറിവാകുമ്പോൾ നിസ്സാരത തോന്നുക സാധാരണവും. സ്നേഹിക്കുക എത്ര എളുപ്പമാണ് എന്നറിയുന്നത് സ്നേഹിച്ചുതുടങ്ങുമ്പോഴാണ്. സ്നേഹത്തെപ്പറ്റി കേൾക്കുമ്പോഴല്ല. വായിക്കുമ്പോഴല്ല.

കേൾവിയും അറിവും ഉപയോഗപ്രദമാണെങ്കിലും അനുഭവം എത്രയോ മേലെയാണ്. അനുഭവത്തിലേക്കെത്താൻ അറിവിന്റെ തട്ട് വേണമെന്നില്ല. അനുഭവം മാത്രം മതി. അത് ശുദ്ധമായ പാത്രത്തിൽ വന്നുവീഴുന്ന നീർത്തുള്ളികളാണ്. അറിവ്, പാത്രത്തെ പലപ്പോഴും ശുദ്ധമായി സൂക്ഷിക്കാൻ പ്രാപ്തമാക്കുന്നില്ല. അതറിയാവുന്ന താവോ ഇങ്ങനെ പറഞ്ഞു: ''മീൻവല എന്തുകൊണ്ട് നിലനില്ക്കുന്നു എന്നാണെങ്കിൽ, മീനുള്ളതുകൊണ്ട് എന്നുത്തരം."[5]

മീനകത്തായാൽ മീൻവലയെ നമുക്ക് മറക്കാം. അർത്ഥം കണ്ടെത്തിക്കഴിഞ്ഞാൽ വാക്കുകളും മരിക്കുന്നു. എല്ലാം എന്തോ അറിയിക്കാനാണ് നിലനില്ക്കുന്നത് എന്നർത്ഥം.

താവോ ചോദിക്കുന്നു:

"വാക്കു നഷ്ടമായ ഒരാളെ കാണിച്ചുതരിക. എനിക്കയാളുമായി സംസാരിക്കണം."[6]

വാക്കു നഷ്ടമായ ഒരാൾക്ക് ഏതു വാക്കും ഉപയോഗിക്കാനാകും എന്നുമുണ്ട്. വാക്കുകൾക്കകത്ത് നമ്മെ ബന്ധപ്പിക്കുന്ന പലതും ഉണ്ട്. നമുക്കറിയാത്ത എന്തൊക്കെയോ ഉണ്ട്. വാക്കുകൾ സൃഷ്ടിക്കുകയും സംഹരിക്കുകയും ചെയ്യുന്നു. അതിന്റെ അനന്തസാദ്ധ്യതകൾക്കൊപ്പം അപകടകരമായ സ്ഥിതിയും കാണേണ്ടതുണ്ട്.

വാക്ക് നഷ്ടമാവുന്ന ഒരാൾ എന്തായിത്തീരുന്നു എന്നാണെങ്കിൽ അയാൾ പ്രകൃതിയിലെ എല്ലാമായിത്തീരുന്നു എന്നു പറയാം. പൂവും പക്ഷിയും കാറ്റും ആകാശവും സുഗന്ധവും വെള്ളവും വെളിച്ചവും

ആയിത്തീരുന്നു. ഇങ്ങനെ ആയിത്തീരാനാണ് ഈ മനുഷ്യർ ശ്രമിക്കുന്നത്. തെരേസയും ആയിത്തീർന്നത് ഇതൊക്കെയായിരുന്നു. അതിനാലവർക്ക് ഒന്നിനോടും കടുത്ത ബന്ധം ഉണ്ടായില്ല. പകരം യേശുവിനോട് വളരെയടുത്ത ബന്ധം ഉണ്ടാവുകയും ചെയ്തു. അതിനാലവർ തനിച്ചായി. ഈ അവസ്ഥയിലെത്തുന്ന വ്യക്തി ഏകാകി ആവുക സ്വാഭാവികം. ശാസ്ത്രജ്ഞരും കവികളും കലാകാരന്മാരും ചിത്രകാരൻമാരും ഗായകരും അതെ, ഏകാകികൾതന്നെ. ഐൻസ്റ്റൈൻ ഏറ്റവും അധികം സ്വാസ്ഥ്യം കണ്ടെത്തിയത് ഏകാകിയാവുമ്പോഴായിരുന്നു; കണ്ടുപിടിത്തങ്ങൾ നടത്തിയതും ആ അവസ്ഥയിൽത്തന്നെ.

ഒരു ടാപ്പ് അടയ്ക്കുന്ന ലാഘവത്തോടെ ഒച്ചപ്പാടുകളെ അടച്ചിട്ട് ഏകാകിയാവാൻ തന്റെ പിതാവിനു നല്ല സാമർത്ഥ്യമായിരുന്നു എന്നും, അതിനുശേഷം അദ്ദേഹം അതിമനോഹരമായി കുഞ്ഞുങ്ങളെപ്പോലെ പെരുമാറാറുള്ളതായും അദ്ദേഹത്തിന്റെ മകൻ രേഖപ്പെടുത്തിയിട്ടുണ്ട്.[7]

വാക്കുകൾ നഷ്ടമാവുമ്പോൾ ചിന്തകൾ അടങ്ങുന്നു. ചിന്തകൾ അടങ്ങുമ്പോൾ മനോനൈർമ്മല്യം കൈവരുന്നു. പിറന്നു വീണ കുഞ്ഞായി മാറുന്നു. എല്ലാ കുഞ്ഞുങ്ങൾക്കും മറ്റെല്ലാവരും കുഞ്ഞുങ്ങളാണല്ലോ. അതുകൊണ്ടാണ് തെരേസ കുഞ്ഞുങ്ങളേ എന്ന് എല്ലാവരെയും സംബോധന ചെയ്തത്.

പ്രേമിയായ രക്ഷകനെ ലഭിച്ചതുകാരണം പറയുന്നതൊക്കെ ഹൃദയേശ്വരന്റെ വാക്കുകളായി തെരേസ പരിവർത്തിപ്പിക്കുന്നു. ഒന്നായിത്തീർന്നാൽ ഒരാൾക്കായി ഒന്നും പറയാനില്ലായ്ക. പറയുന്നത് മറ്റൊരാളുടേതായിമാറുക. രണ്ടില്ലാതാവുക. എല്ലാം ഒന്ന്.

പലപ്പോഴും നമ്മളൊക്കെ സംശയിക്കുന്ന മറ്റൊരു കാര്യംകൂടിയുണ്ട്. ഒരാൾ മാത്രം ബോധമുണർന്നവനായിത്തീരുമ്പോൾ അയാളുമായി അടുത്ത ബന്ധമുള്ള സമൂഹത്തിന് അതെങ്ങനെ ഫലം ചെയ്യുന്നു? ബോധം ഉണർന്നവനായിത്തീരുമ്പോൾ പ്രസരിക്കുന്ന ആന്ദോളനങ്ങൾ ചുറ്റുമുള്ളവയ്ക്കും ലഭിക്കുന്നുണ്ട് എന്ന് സ്ഥിരീകരിക്കപ്പെട്ടിട്ടുണ്ട്. ഒരാളാണ് എപ്പോഴും ആദ്യം ഒരുങ്ങുന്നത്. ഗാന്ധിജിയെപ്പോലെ, മാർക്സിനെപ്പോലെ, സോക്രട്ടീസിനെയും മറ്റനവധി മഹാമനുഷ്യരെയുംപോലെ. പിന്നീടത് വിപുലീകരിക്കപ്പെടുന്നു. അയാളോടൊപ്പമുള്ള ചെറിയകൂട്ടം അയാളിൽനിന്നു ലഭിക്കുന്ന ഇന്ധനം ഏറ്റുവാങ്ങി നീങ്ങുമ്പോഴാണ് അതൊരു ശക്തിയായി പരിണമിക്കുന്നത്. ഒരാൾ ഒരുങ്ങണം, ഒരു കൂട്ടമുണ്ടാവാൻ, മാറ്റമുണ്ടാവാൻ. "പ്രതിജ്ഞാബന്ധരായ ചെറിയ കൂട്ടത്തെ ഒന്നിനും കൊള്ളാത്തവരായി ഒരിക്കലും എഴുതിത്തള്ളാതിരിക്കുക. അവർക്ക് ലോകത്തെത്തന്നെ മാറ്റാനാവും. യഥാർത്ഥത്തിൽ പ്രതിജ്ഞാബന്ധരായവർക്കു മാത്രമേ അങ്ങനെ ചെയ്യാനാവൂ എന്നതാണ് സത്യവും യാഥാർത്ഥ്യവും."[8]

പ്രതിജ്ഞാബന്ധമായ ഈ ബന്ധത്തെയാണ് ആദ്ധ്യാത്മികബന്ധം എന്ന് വിളിക്കേണ്ടത്. അല്ലാതെ ലക്ഷ്യമില്ലാത്ത കൂട്ടത്തെയല്ല. ആ കൂട്ടം

പ്രാകൃതമാണ്, വന്യമാണ്, അരക്ഷിതത്വം തീർക്കുന്നവരാണ്. അവർ തളംകെട്ടി നില്ക്കുന്നു.

തെരേസ, യേശുവിനെ മാത്രമാണ് സ്നേഹിച്ചത്, പ്രേമിച്ചത്, ആരാധിച്ചത്, അർത്ഥിച്ചത്, പ്രാർത്ഥിച്ചത്, അറിയുന്നത്, ആഗ്രഹിക്കുന്നത്. മീര ശ്രീകൃഷ്ണനെ എന്നപോലെ. അതിനിടയിൽ മറ്റൊരാളില്ല, മറ്റൊന്നുമില്ല. ഒന്നാവുക എന്നാലർത്ഥം ഒന്നുമല്ലാതാവുക എന്നാണ്. ഒന്നുമല്ലാതാവലാണ് ആദ്ധ്യാത്മികമായ ഔന്നത്യം അഥവാ മിസ്റ്റിക്കൽ അവസ്ഥ.

തെരേസ ഒന്നുമല്ലാതായി. "ഒന്ന്" എന്നുപോലും അല്ലാതായി. അതിനാലവർക്കു പലപ്പോഴും തന്റെ അവസ്ഥകൾ പറയാൻ കഴിയാതെയുമായി. അവരതിൽ വിഭ്രാന്തി പുലർത്തിയില്ല. കഴിയുംവിധം വിവരിക്കാൻ ശ്രമിക്കുകയാണു ചെയ്തത്.

"പറയാനുള്ള ശക്തി സംഭരിച്ച് ഞാൻ പറയട്ടെ: നിങ്ങൾക്ക് ഞാൻ പറയുന്നതൊന്നും ചിലപ്പോൾ മനസ്സിലാക്കാൻ സാധിക്കുന്നില്ലായിരിക്കാം. അതിനു കാരണം അനുഭവജ്ഞാനമില്ലാത്തതാണ്. അനുഭവജ്ഞാനമുള്ളവരായിത്തീരുമ്പോൾ ദൈവത്തിന് ഇഷ്ടമുള്ളതല്ലാതെ മറ്റൊന്നും നിങ്ങൾ തൊടില്ല."

ഇത് തെരേസയുടെ ജീവിതത്തിലുടനീളം നിലനിന്നു. അവനു ഇഷ്ടമുള്ളതെന്താണെന്നറിയുകയും, അവമാത്രം തൊടുകയും ചിന്തിക്കുകയും ധ്യാനിക്കുകയും ചെയ്തു.

എല്ലാ പ്രവാചകന്മാരും ആചാര്യന്മാരും വിശുദ്ധന്മാരും മിസ്റ്റിക്കുകളും മൗനത്തിന്റെ അർത്ഥവും സാദ്ധ്യതകളും കണ്ടറിഞ്ഞവരുമാണ്. മൗനം അവർക്കു ശക്തിയും പ്രബോധനത്തിനുള്ള കരുത്തും നല്കി. അവർ മൗനത്തെ അന്വർത്ഥമാക്കി. തെരേസ പറഞ്ഞു: "ഈ ഗൃഹത്തിൽ സൊറ പറഞ്ഞിരിക്കാനും അനാവശ്യ ഭാഷണങ്ങൾക്കും അനുവാദമില്ല. ഇവിടെ മൗനം മാത്രം. മൗനത്തിലൂടെ നമുക്ക് സംരക്ഷകരാകാം."

ദൈവത്തിന്റെ അതിഥികളെല്ലാവരും, ഒടുവിൽ മൗനത്തിലൂടെയാണ് സംവാദം നടത്തിയത്. മൗനത്തിനു മാത്രമേ മൗനമായ മറ്റൊന്നുമായി സംവാദം നടത്താനാവൂ. അക്ഷരങ്ങളും ഭാഷയും ഉപാധികളുമില്ലാതെ സംവദിക്കാൻ ആരു ശ്രമിക്കുമ്പോഴും മൗനമാണ് കൂട്ടായിത്തീരുന്നത്. മൗനം എന്നത് അനങ്ങാതിരിക്കുന്ന അവസ്ഥയല്ല. ശക്തിയാണ് മൗനം. മിസ്റ്റിസിസത്തിൽ മൗനം എന്നത് ഔന്നത്യമാണ്.

എല്ലാ മനുഷ്യനിലും കാമവികാരം ഉണ്ടാവുന്നുണ്ട്. പ്രകൃതിയിലെ എല്ലാ ജീവജാലങ്ങളിലും ആ വികാരം സ്ഥായിയായി ഏറ്റക്കുറവുകളോടെ നില്ക്കുന്നു. സമൂഹനടത്തിപ്പിന് നിയന്ത്രണം ആവശ്യമാണ്. തീരെ പാടില്ല എന്ന് പറയുമ്പോൾ നിഷേധാത്മകത ഉടലെടുക്കുന്നു. താനും യേശുവുമായുള്ള അടുപ്പത്തിൽ അത്തരമൊരു നിഷേധനിലപാടിലെത്തുന്നില്ല. യേശു ദൈവമോ ദൈവപുത്രനോ എന്നല്ല, തന്റെ പ്രേമസ്വരൂപനാണ് എന്നതിൽ ഉറച്ചുനില്ക്കുന്നതിനാൽ കാമവികാരത്തെ മാറ്റി നിർത്താൻ അവരൊരിക്കലും തയ്യാറാവുന്നില്ല. ആദ്ധ്യാത്മിക

പാതയിൽ സഞ്ചരിക്കുന്നവർ ഇക്കാര്യത്തിൽ പൊതുവേ പ്രകടിപ്പിക്കാത്ത തുറന്ന നിലപാട് തെരേസയിൽ ദർശിക്കാനാവുന്നു.

പ്രേമലഹരിയിൽ ഉന്മാദിനിയാവുന്ന തെരേസ തന്റെ ആനന്ദപാരവശ്യം ഒട്ടും ഒളിച്ചുവയ്ക്കാതെ പ്രകടിപ്പിക്കുന്നുണ്ട്.

"മഹാമനസ്സുള്ള ദിവ്യനാഥൻ, വധുവിനെ കൂടുതലായി രമിപ്പിക്കുകയും, കൂടുതൽ ലയിപ്പിക്കാനായി തന്റെ പാർശ്വത്തിലേക്കു അവളെ ഗാഢമായി അടുപ്പിക്കുകയും ചെയ്തു. ആനന്ദാതിരേകത്താൽ അവൾ രതിമൂർച്ഛയിലെത്തുകയും അവന്റെ തിരുമാറിലണഞ്ഞ് സ്തനസുഖപ്രാപ്യയാവുകയും ചെയ്തു."

തെരേസയുടെ ഇത്തരത്തിലുള്ള വെളിപ്പെടുത്തലുകൾ അത്ഭുതം സൃഷ്ടിക്കുമെങ്കിലും പ്രേമത്തിന്റെ ആനന്ദാവസ്ഥയിൽ പ്രകടമാവുന്ന വാക്കുകൾക്ക് സത്യത്തിന്റെ നിറംമാത്രമേ ഉണ്ടാവു എന്നതാണ് നേര്. രതി അകന്നു നില്ക്കുന്ന ഒന്നല്ല. അത് ആദ്ധ്യാത്മികാവസ്ഥയിലും നിലനില്ക്കുന്ന നിഗൂഢമായ അഴകാണ്. ശരീരാവയവങ്ങൾക്കു അവബോധ ഉണർവ്വിൽ മാറ്റം സംഭവിക്കുകയും രതി അതിന്റെ നിർമ്മലഭാവത്തിലേക്ക് തിരിച്ചെത്തുകയും ചെയ്യുന്നു. "മുലകൾ വീഞ്ഞിനേക്കാൾ ഉത്തമം" എന്ന് അവൻ പറഞ്ഞതായി തെരേസ എഴുതുമ്പോൾ രതിഭാവം പൊടുന്നനെ വഴിമാറുന്നു. അമ്മ ചുരത്തുന്ന പാലുപോലെ പേലവമാണ് ദിവ്യമായ ഈ മുലചുരത്തലുകൾ എന്നു തെരേസ അറിയുന്നു. തന്റെ പ്രിയതമനെ ഒരിഞ്ചുപോലും വിടാതിരിക്കുന്നതിൽ തെരേസ കാണിക്കുന്ന പാരവശ്യം, മനുഷ്യജീവിതത്തിൽ സാധാരണ കാണുന്ന ബന്ധങ്ങളുമായി തട്ടിച്ചുനോക്കാവുന്നതാണ്.

"ഹേ നാഥാ അങ്ങയുടെ കാരുണ്യത്തെയും നന്മയെയും ഞാൻ ആശ്രയിക്കുന്നു. അങ്ങേയ്ക്കും എനിക്കുമിടയിൽ അശ്ലേഷം വിടവുണ്ടാകാത്തവിധം ചേർന്നു നില്ക്കുന്നതിനാൽ അഭികാമ്യമായി മറ്റെന്താണ് എനിക്കുള്ളത്? അങ്ങയുമായുള്ള സഹവാസത്തിൽ യാതൊന്നും അഹിതമായി തോന്നുന്നില്ല. അങ്ങു നല്കുന്ന ഉറച്ച പിൻബലത്തിൽ എനിക്കു എന്തും ചെയ്യാനുള്ള ധൈര്യമുണ്ട്."

ഇഹത്തിലെ മണവാളനോടെന്നപോലെയാണ് താൻ പ്രാർത്ഥിക്കുന്നതെന്ന് തെരേസയ്ക്കറിയാം. സ്നേഹസാഗരത്തിലെ പൊന്മീൻ പിടുത്തക്കാരിയായ തെരേസ പ്രാണപ്രിയനോട് കെഞ്ചുകയും ചിലപ്പോൾ അഭ്യർത്ഥിക്കുകയും, പലപ്പോഴും അധികാരത്തോടുകൂടി ആവശ്യപ്പെടുകയും ചെയ്യുന്നുണ്ട്.

"പരിധിക്കകത്തുനിന്ന് തുടങ്ങുകയും, ദൈവാനുഭവ ഭാവങ്ങളിൽ വിഹരിക്കുകയും പിന്നീട് തെന്നിപ്പോവുകയും ചെയ്യുമ്പോൾ തെരേസയിലെ കാമഭാവം ഉയരുന്നത് അത്ഭുതമല്ല, ആനന്ദമാണ് പ്രദാനം ചെയ്യുക. ഇത് ലഭ്യമാകണമെങ്കിൽ ഒരാൾ തന്റെ ജടില ഭാവങ്ങൾക്കു സ്വാതന്ത്ര്യം നല്കണം. സ്വാതന്ത്ര്യവും സ്നേഹ പ്രേമ രതി ഭാവങ്ങളും കൂട്ടിലടയ്ക്കപ്പെടേണ്ടവയല്ല എന്നു ബോദ്ധ്യം വരുമ്പോൾ അവയൊക്കെ

ആന്തരിക സുഖത്തിന്റെ അഭൗമമായ നിർവൃതിയായി അനുഭവിക്കാനാകും. അങ്ങനെയല്ലെങ്കിൽ ഒരു വിടവ് സൃഷ്ടിക്കപ്പെടും, സ്വാതന്ത്ര്യത്തെ പരിമിതപ്പെടുത്തും. "രാജാവ് എന്നെ വീഞ്ഞറയിൽ കൊണ്ടുപോയി" എന്ന തെരേസയുടെ പ്രസ്താവം ഓർക്കുക. വീഞ്ഞറ മദ്യശാലയാണെന്നു തോന്നാം. വീഞ്ഞ് എന്നതിന് ഒരു ഗൂഢാർത്ഥമുണ്ട്. അത്യധികമായ ആദ്ധ്യാത്മിക ലഹരിയാണത്. ഇതറിയാവുന്നവർക്കേ തെരേസയുടെ പ്രസ്താവത്തിന്റെ പൊരുൾ മനസ്സിലാകൂ. ചിലയിടങ്ങളിൽ തെരേസ ഈ ഗൂഢാർത്ഥങ്ങളെ വ്യാഖ്യാനിച്ചു തരുന്നുണ്ട്. എങ്ങനെയാണ് തന്റെ പ്രിയപ്പെട്ടവനുമായി വിവാഹനിശ്ചയം നടക്കുക എന്ന അവരുടെ ചോദ്യത്തിന് അവർതന്നെ നല്കുന്ന ഉത്തരം നോക്കുക. "ഇന്ദ്രിയാനുഭൂതികളെയെല്ലാം അതിശയിപ്പിക്കുന്ന ഒരു ആനന്ദ പാരവശ്യം അവൻ പ്രദാനം ചെയ്യുമ്പോൾ സംഭവിക്കുന്നത് വിവാഹ നിശ്ചയമല്ലാതെ മറ്റെന്താണ്."

നാമാരെന്ന് ആദ്യം നാം അറിയണമെന്നും അതിനായി ശ്രമിക്കണമെന്നും പ്രപഞ്ചരഹസ്യങ്ങളുടെ അർത്ഥമറിയുന്ന എല്ലാ മഹാന്മാരും പറഞ്ഞു. തെരേസയും അത് ആവർത്തിച്ചു. നമ്മുടെ കുറ്റം നിമിത്തം അറിയാതെ ജീവിക്കുന്നത് അത്യന്തം ശോച്യവും ലജ്ജാകരവുമാണെന്ന് അവർ കുഞ്ഞുങ്ങളോടു പറഞ്ഞു.

തെരേസയുടെ ആത്മീയ സ്വകാര്യപ്രബന്ധങ്ങളിലൂടെ വായന നീങ്ങുമ്പോൾ ഉളവാകുന്ന ഗൂഢാത്മ രസം പിന്നീട് അനുഭൂതികളിലൂടെ പടിപടിയായി ഉയരുമ്പോൾ, നാം അറിയുന്നു എല്ലാം ഒന്നിന്റെ ഭാവമാണെന്ന്. "മിസ്റ്റിസിസത്തിന്റെ മഹത്തായ പാഠം എല്ലാം അറിയുക, സ്വീകരിക്കുക. എന്നിട്ട് മൗനിയാവുക."[9] എന്നാണെന്ന് പറയപ്പെട്ടിട്ടുണ്ട്. ഇത്തരം മൗനാവസ്ഥയിലാണ് കാട്ടിലെ പൂവിന്റെയും വീട്ടിലെ പൂവിന്റെ അകത്ത് വിരിയുന്ന പൂവിന്റെയും സുഗന്ധങ്ങൾ വെവ്വേറെയായി അറിയാൻ കഴിയുന്നത്. ആദ്യത്തെ രണ്ടും ആർക്കും ആസ്വദിക്കാം. മൂന്നാമത്തേത് തെരേസയെപ്പോലുള്ളവർക്ക് മാത്രവും. അവർ സാധാരണ പൂക്കളുടെ സുഗന്ധത്തെ 'താഴെ തട്ടിലെ മണം' എന്നും ശരിയായ സുഗന്ധത്തെ 'അകത്തെ വേരുകൾക്കിടയിലെ സുഗന്ധ'മെന്നും വിളിക്കുന്നു.

ഈ സുഗന്ധം അനേകംപേരുടെ ഉപയോഗത്തിനായിട്ടുള്ളതാണ്. ഈ സുഗന്ധം വളരെക്കാലം നിലനില്ക്കുന്നു, വേഗത്തിലൊന്നും മായുന്നില്ല. അതിന്റെ പ്രഭാവം അതിമഹത്തുമാണ്.

മിസ്റ്റിസിസത്തിൽ പ്രകൃതിയിൽ നമ്മൾ കാണുന്ന എല്ലാ വികാരങ്ങൾക്കും അനുഭവങ്ങൾക്കും മറ്റൊരു അർത്ഥതലമാണുള്ളത്. അവയ്ക്കിക്കരെ നില്ക്കുന്ന നമുക്ക് തെരേസയെപ്പോലുള്ളവരുടെ അവസ്ഥകളെപ്പറ്റി ഊഹംപോലും ഉണ്ടാവുന്നില്ല. അതിനാൽ നാം അവരെ തെറ്റിദ്ധരിക്കുന്നു; അവരാകട്ടെ യാത്ര തുടരുകയും. അവർക്കറിയാം, ഈ പാതയിലെ യാത്ര അത്ര സുഗമമല്ലെന്ന്. ധൈര്യമില്ലെങ്കിൽ യാത്ര

തീർത്തും അസാദ്ധ്യമെന്നും. മറ്റുള്ളവർ സഞ്ചരിക്കാൻ തീരെ മടി കാണിക്കുന്നവയിലൂടെ ധൈര്യപൂർവ്വം ഇവരൊക്കെ സഞ്ചരിച്ചതു കൊണ്ടാണ് നമുക്ക് ഇത്രയധികം സഞ്ചാരപഥങ്ങൾ ലഭ്യമായത്. ഒരു വഴിയും ഒരു കാഴ്ചയും മാത്രമേ ഉണ്ടായിരുന്നുള്ളൂവെങ്കിൽ ലോകം അവസാനിക്കാൻ നിമിഷങ്ങളേ വേണ്ടിവരുമായിരുന്നുള്ളു. പ്രകൃതി സ്വയം പീഡനത്താൽ അവസാനിച്ചേനേ. പ്രഭാതങ്ങൾ എന്നും ഉണ്ടാകുന്നുണ്ടെങ്കിലും അവ വിരിയുമ്പോൾ ദൃശ്യമാവുന്നവ എന്നും ഒരുപോലെയല്ല എന്നതും, ആകാശം അവിടെത്തന്നെ ഉണ്ടെങ്കിലും അവയിലെ നിറം വ്യത്യാസപ്പെട്ടുകൊണ്ടിരിക്കുന്നു എന്നതും വൈവിദ്ധ്യങ്ങളുടെ മഹിമ എടുത്തുകാണിക്കുന്നുണ്ട്. ഇതുതന്നെയാണ് ഒരു ആശ്വാസത്തിൽ ജീവിക്കുന്ന ആളെ മറ്റനേകം ആശ്വാസങ്ങൾ ചാരിനില്ക്കുന്ന മറ്റൊരാളുമായി വിഭിന്നനാക്കുന്നത്.

ഒരു സത്യാന്വേഷി താൻ എത്തിപ്പെട്ട പാതയിലൂടെ ആത്മീയ ലക്ഷ്യപ്രാപ്തി പ്രാപിക്കുകയാണ് എന്നു കരുതുമ്പോൾ അയാൾക്കു വന്നേക്കാവുന്ന അഹന്തയെ മുൻകൂട്ടി കാണുന്നുണ്ട് തെരേസ. “ആത്മാവബോധം ലഭിച്ചു എന്നു കരുതുന്നതുതന്നെ തെറ്റാണ്. നിങ്ങൾ വാനോളം ഉയർന്നു എന്ന തോന്നലുണ്ടാവുമ്പോൾ നിങ്ങളിൽ അഹന്ത മുളയ്ക്കുന്നു. എളിമയേക്കാൾ അത്യന്താപേക്ഷിതമായി ഈ ലോകത്തു മറ്റൊന്നുമില്ല. അതുകൊണ്ടു ഞാൻ ആവർത്തിക്കുന്നു; എളിമ അഭ്യസിക്കുന്ന ശാലയിൽ ആദ്യം പ്രവേശിക്കുക. അതാണ് പുരോഗമനാത്മകവും സർവ്വോപരി ആദരണീയവും.”

സ്വന്തം ശരീരത്തിന്റെ ദൗർബ്ബല്യവും അസ്വാസ്ഥ്യങ്ങളും രോഗവും അവരെ പലപ്പോഴും പരിക്ഷീണയാക്കുന്നുണ്ട്. രോഗംകാരണം നിരവധി തവണ പ്രബന്ധരചനകൾ മുടങ്ങുന്നുമുണ്ട്. അപ്പോഴും അവർ ഹൃദയത്തിൽ യേശുവിന്റെ രൂപം കെടാവിളക്കായി കാത്തുസൂക്ഷിക്കുന്നു. പീഡനവും വേദനയും അനുഭവിക്കുമ്പോഴൊക്കെ അതിനെ മറികടക്കാൻ അവർ യേശുവുമായുള്ള പ്രേമം ലേപനമാക്കുന്നു.

എന്റെ അനുഭവം ഞാൻ പറയാം. പീഡനാനുഭവത്തെപ്പറ്റി വിലപിക്കുവാൻ ആരംഭിച്ചു പോയാൽ പിന്നെ ഉച്ചി പിളരുന്നതുപോലുള്ള തലവേദനകൊണ്ടല്ലാതെ അതവസാനിക്കുമായിരുന്നില്ല. അപ്പോൾ പാപങ്ങളെക്കുറിച്ച് ചിന്ത വരും. ഇത്തരം പീഡനവും കണ്ണുനീരും തൃഷ്ണയുമെല്ലാം ഭാഗികമാണെങ്കിലും ഇവയുടെയൊക്കെ ഉത്ഭവം സ്വഭാവപ്രകൃതിയിൽനിന്നും ഭാവവിശേഷണങ്ങളിൽനിന്നുമാണ് ഉത്ഭവിക്കുന്നത്. എന്നാൽ ലക്ഷ്യം ഒന്നേയുള്ളൂ, അവനിലെത്തുക എന്നതുമാത്രം.

തന്റെ അനുഭവങ്ങളെ മറ്റുള്ളവർ എങ്ങനെയാണ് നോക്കിക്കാണുക എന്ന സാധാരണചിന്ത തെരേസയ്ക്കു വരുന്നുണ്ട്. “ശങ്കാലുക്കളായ മുറിവൈദ്യന്മാ”രെക്കുറിച്ചും അവർ ബോധവതിയാണ്. “അത്തരക്കാർ വരുത്തിവയ്ക്കുന്ന വിന അല്പമൊന്നുമല്ല. ആത്മീയ ജ്ഞാനത്തിനെ

തിരെ വാതിലടയ്ക്കുന്ന ഇത്തരക്കാരുടെ മുറിവൈദ്യ ചികിത്സയിൽ നിങ്ങൾ അകപ്പെടരുത്. അല്പജ്ഞാനികളായ ഇവർക്ക് ലഭിച്ചവ ആത്മാവിന്റെ ഹൃദയത്തിൽനിന്നല്ല. വഴിയിലെ വഴിപാടിൽനിന്നാവാം. അതിനാൽ ഇവർക്ക് പ്രശാന്തമായ പ്രാർത്ഥനയുടെ ഒരു ചെറിയ അനുഭൂതി ഉണ്ടായാൽ മതി അവർ മരിക്കാൻ; അത്രയ്ക്കും ബലഹീനരാണവർ."

ദൈവപാതയിലേക്കിറങ്ങിത്തിരിക്കുന്നവർക്കാണ് ഏറ്റവും പീഡനവും ക്ലേശങ്ങളും ഉണ്ടാകുന്നതെന്ന് തെരേസ മുൻകാല പുണ്യവാന്മാർ അനുഭവിച്ച തീവ്ര പീഡനങ്ങളെ ഉദ്ധരിച്ച് ഓർമ്മിപ്പിക്കുന്നുണ്ട്. പീഡനാനുഭവങ്ങൾ ഉണ്ടാകുമ്പോൾ പിന്തിരിയുന്നവരെ പിശാചിന്റെ പിടിയിൽ അകപ്പെട്ടുപോകുന്നവരായി അവർ ചിത്രീകരിക്കുന്നുമുണ്ട്. മധുരമുള്ളതായിരിക്കും പിശാചിന്റെ സമ്മാനങ്ങളെന്ന് അവൻ മുന്നറിയിപ്പു നല്കുന്നു. അത്തരം സമ്മാനങ്ങൾ മോഹിക്കരുതെന്ന് അവർ വിലപിക്കുന്നു.

"മഴക്കാലത്ത് തോട്ടത്തിൽ മുളയ്ക്കുന്ന വിഷച്ചെടി വേഗം തഴച്ചു വളരും. വളരുംമുമ്പേ പറിച്ചു കളഞ്ഞില്ലെങ്കിൽ പിന്നെ അതിനെ അരിഞ്ഞു കളയാൻ അരിവാളും തൂമ്പയും വേണ്ടി വരും."

അതിനാൽ സ്നേഹിതനായ ദൈവത്തെ കൂടുതൽക്കൂടുതൽ അറിയുകയും അടുപ്പിക്കുകയും പൈശാചികമായ ചിന്തകൾ ദൂരീകരിക്കുകയും ചെയ്യാൻ അവർ ഉപദേശിക്കുന്നു. എന്നിട്ടിത്രയും ചോദിക്കുന്നു: "ഇത്രമാത്രം സഹിഷ്ണുതയുള്ള ഒരു സുഹൃത്തിനെ എവിടെ കാണാൻ കഴിയും?"

ദൈവം പ്രേമസ്വരൂപനാകുമ്പോൾ സുഹൃത്തായിത്തീരുന്നു. ഭൗതികാവസ്ഥയിലെ സുഹൃത്തുക്കൾ വിട്ടു പിരിയാൻ സാദ്ധ്യതകളേറെയാണ്. ദൈവം വിട്ടു പിരിയാത്തവനും. അവനുമായുള്ള വേർപാട് അത്യന്തം ദുഃഖകരമാണെന്ന് നിരവധി തവണ പല ഘട്ടങ്ങളിലായി പറയുന്ന തെരേസ യേശുവിനുപോലും ഭൂമിയിലെ ജീവിതമായിരുന്നു കുരിശിന്മേലുള്ള വേദനയേക്കാൾ തീക്ഷ്ണമായിരുന്നത് എന്നു പറയുന്നു. "എന്റെ ആത്മാവ് മരണത്തോളം ദുഃഖിതമായിരുന്നു" (മാർക്കോ 14.34) എന്ന് യേശു ജീവിതത്തിലുണ്ടായ ദുഃഖത്തെപ്പറ്റി പറയുകയും കുരിശിന്മേൽ മരണവേദന അനുഭവിക്കുമ്പോൾ ദുഃഖിതനാവാതിരിക്കുകയും ചെയ്തകാര്യം തെരേസ അറിയിക്കുന്നത് സ്വജീവിതത്തിലെ പ്രയാസങ്ങൾ അനുഭവിക്കുമ്പോൾ നിരാശരായി പോകരുത് എന്ന ഉദ്ദേശ്യത്തോടെയാണ്. ഒരിടത്ത് ലൗകികജീവിതത്തിന്റെ അർത്ഥശൂന്യത അറിയിക്കുന്നുമുണ്ട് അവർ. "ലോകം വെറും മായയാണെന്ന് നമ്മൾ തീർത്തും അറിയണം. ദിവ്യഗുരുനാഥൻ അദൃശ്യനാണ്; വളരെ അടുത്തുള്ളവനും. അവിടുത്തെ നാം കാണുന്നില്ല. മായയാണത്. ഉണ്ട്, എന്നാൽ കാണുന്നില്ല എന്ന അവസ്ഥ."

അവബോധ ഉണർവ്വ് ലഭിക്കുന്ന ഒരാൾ അനുഭവിക്കുന്ന പ്രശാന്തതയും സ്വാതന്ത്ര്യവും അവരെ മറ്റുള്ളവരെ ആകർഷിക്കാൻ പ്രാപ്തമാ

ക്കുന്നു. അവർക്കായി ഒന്നുമില്ലാതിരിക്കുകയും അവർ പ്രപഞ്ചത്തിലെ ഒന്നാവുകയും ചെയ്യുന്നു. പുഴക്കരകളിൽ വിരിയുന്ന എല്ലാ പുഷ്പങ്ങളും ഒഴുക്കിലേക്ക് എടുത്തുചാടുന്നില്ല. എടുത്തു ചാടുന്നവയാകട്ടെ മഹാസമുദ്രത്തിൽ എത്തുകയും ചെയ്യുന്നു. സ്വീകരിക്കാനായി ഒരു മഹാസാഗരം കാത്തിരിപ്പുണ്ടെന്ന് അവർക്കറിയാം. അതിനാലവ വിടരും വരെ കാത്തിരിക്കുന്നു. സമയമാകുമ്പോൾ ഞെട്ടിൽനിന്നും വിടുതൽ വാങ്ങുന്നു. തെരേസയുടെ അതിതരളമായ ഒരു തോന്നൽ:

"പുഷ്പങ്ങൾകൊണ്ടെന്നെ താങ്ങുക
ആപ്പിൾ കൊണ്ടെന്നിൽ വലയമുണ്ടാക്കുക.
സ്നേഹംനിമിത്തം ഞാൻ തളരുന്നു."

ഭാരതീയ ആത്മവിജ്ഞാന ശാഖകളിൽ പറയുന്ന ഏഴു അവസ്ഥകളെ മറ്റു രാജ്യങ്ങളിലെ ആത്മജ്ഞാനികളും വളരെ വ്യക്തമായി അവരുടെ പ്രബന്ധങ്ങളിലും ദിവ്യഗ്രന്ഥങ്ങളിലും പ്രതിപാദിച്ചിരുന്നു. ഗ്രീക്ക്, ചൈനീസ്, പേർഷ്യൻ, അറബി സംസ്കാരങ്ങളിൽ ഏഴു ഘട്ടങ്ങൾ ഇവിടത്തെപ്പോലെത്തന്നെ പ്രാധാന്യമുള്ളവയാണ്. യൂറോപ്പിലും ഏഴു അവസ്ഥകളെക്കുറിച്ച് പ്രതിപാദ്യമുണ്ട്. തെരേസയുടെ *ആന്തരിക കോട്ടകൾ (interior castle)* എന്ന പ്രബന്ധം ഏഴു തട്ടുകളുള്ള കോട്ട (അവസ്ഥ) യെക്കുറിച്ചുള്ള അതിമനോഹരവും പ്രൗഢഗംഭീരവുമായ വിവരണമാണ്. ഒന്നുമുതൽ ഏഴുവരെയുള്ള ഘട്ടങ്ങളെ അതിസൂക്ഷ്മമായി അവർ അവതരിപ്പിച്ചത് ഇങ്ങനെ:

ഒന്നാം നില:
മാരകപാപത്തിൽ ഉള്ള ആത്മാവിന്റെ വൈരൂപ്യം.
രണ്ടാം നില:
ഉഗ്രമായ സമരങ്ങളും സ്ഥിരതയുള്ള തേങ്ങലും.
മൂന്നാംനില:
പരീക്ഷണങ്ങളും ഭദ്രതയുടെ അഭാവവും.
നാലാംനില:
ആനന്ദാനുഭൂതി.
അഞ്ചാംനില:
ദൈവവുമായുള്ള വിധേയാത്മീക ഐക്യം.
ആറാം നില:
ദൈവിക അരുളിപ്പാടുകൾ:
ഏഴാംനില:
ആത്മീയവിവാഹം.

വിവിധപേരുകളിൽ അറിയപ്പെടുന്ന ഈ അവസ്ഥകൾ ഏതു ആത്മീയ തത്ത്വശാസ്ത്രത്തിന്റെയും പടികളാണ്. ഇതുതന്നെയാണ് ഋഷിമാരും പ്രവാചകന്മാരും ഗൂഢാവബോധജ്ഞാനികളും പല വഴികളിലൂടെ തെര്യപ്പെടുത്തിയത്. ആത്മീയവഴിയിലൂടെ കടന്നുപോയിട്ടുള്ളത്. ആത്മചൈതന്യമാണ് ആത്മനിർവൃതി. സൂര്യരശ്മികൾ

പോലെ അവ ആകർഷണമുള്ള ആത്മാക്കളിൽ കൂടുതലായി പതിക്കുന്നു. ഈ രശ്മികളുടെ സ്വീകരണത്തിനുശേഷം, "മറ്റുള്ളവർക്കു പ്രിയപ്പെട്ട കാര്യങ്ങൾ ഇവർക്ക് തീരെ വേണ്ടാത്തതായി തീരുന്നു. മറ്റുള്ളവർക്ക് വേണ്ടാത്തതെന്നു തോന്നുന്നതോ ഇവർക്ക് പ്രിയപ്പെട്ടതും."

തെരേസ യേശുവിനെ ഒരൊറ്റ തലത്തിൽ ദർശിക്കുന്നില്ല. ഒരൊറ്റ തരത്തിൽ ആസ്വദിക്കുന്നില്ല. അവർ ഒരേ ഒരു ഗന്ധത്തിൽ ആമഗ്നയാവുന്നില്ല. പല കോണുകളിലൂടെ പലവിധത്തിൽ കാണുകയും പുനർവിചാരണ നടത്തുകയും കാമിക്കുകയും പ്രാർത്ഥിക്കുകയും സങ്കല്പിക്കുകയും ചെയ്യുന്നതുകൊണ്ട് അവർക്കു ലഭിച്ച യേശുദർശനം മറ്റാർക്കും ലഭിക്കാത്തതുമാണ്.

"അവനെന്നെ അവന്റെ അധരങ്ങളാൽ ചുംബിക്കട്ടെ. അവന്റെ ദിവ്യമായ വായകൊണ്ട്" എന്ന് തെരേസയെപ്പോലെ മറ്റാർക്കാണു കുറ്റബോധമില്ലാതെ പറയാനാവുക? യേശുവുമായുള്ള തെരേസയുടെ ബന്ധം അങ്ങനെ ഒരുപാടൊരുപാട് നീണ്ടുപോവുകയും, അതിന്റെ ആഴവും പരപ്പും അളക്കാനാവാത്തവിധം വിസ്തൃതമാവുകയും ചെയ്യുന്നു. ഈ വിസ്തൃതിയും അതിന്റെ സാദ്ധ്യതകളും കണ്ടറിയാൻ ഒരാളും യേശുവിന്റെ ദാസനാകണമെന്നില്ല. തെരേസയുടെ മിസ്റ്റിക്കൽ മനസ്സിന്റെ സത്യസന്ധത അറിഞ്ഞാൽ മാത്രം മതി. ഒരു ഗുപ്ത സമ്പർക്കം തെരേസയെപ്പോലുള്ളവരുമായി വെച്ചുപുലർത്തുമ്പോൾ ലഭ്യമാകുന്ന ഊർജ്ജം ആദ്ധ്യാത്മിക വളർച്ചയ്ക്കു തെല്ലൊന്നുമല്ല സഹായിക്കുന്നത്. ആത്മാർപ്പണം നടത്തി മോചിതമാകുന്ന ഇവരുടെ അനുഭവങ്ങളിലൂടെ തൊട്ടുരുമ്മി നടക്കുന്നവരും ധന്യരായിത്തീരുന്നു.

നമുക്കായി ഒന്നും കൂട്ടിച്ചേർക്കാനില്ല. എന്നാൽ എത്രയോ കഴുകിക്കളയാനുണ്ട്. നിഷ്കളങ്കരായിട്ടാണ് നാം ജനിക്കുന്നത്. പിന്നീടാണ് കളങ്കപ്പെടുന്നത്. വന്നു ചേർന്ന മാലിന്യങ്ങൾ കഴുകിക്കളയുക മാത്രമേ ഒരു ജന്മം കൊണ്ട് ചെയ്യാനുള്ളൂ. എന്തൊക്കെ ഒരു ജീവിതകാലംകൊണ്ട് കൂട്ടിച്ചേർത്തോ അത് കഴുകിക്കളയുകയേ വേണ്ടൂ. അപ്പോൾ യഥാർത്ഥമായ ആത്മാവിന്റെ സത്തയിലേക്ക് എത്തിച്ചേരുന്നു. എല്ലാം കൈവരുന്നു. ഈ പ്രക്രിയയുടെ വിവിധ ഘട്ടങ്ങളെ വളരെ അവഗാഹമായി തെരേസ ഉയർത്തിക്കാട്ടി. അവർ വെളുപ്പിനെ കൂടുതൽ വെളുപ്പുള്ളതാക്കാൻ ശ്രമിച്ചു. അതിനവർ കാണിച്ച കൗശലം ശ്രദ്ധിക്കുക.

"വെണ്മയുള്ളതിനെ കൂടുതൽ വെണ്മയുള്ളതാക്കാൻ ഒരു കാര്യം ചെയ്യുക. അതിനടുക്കലായി കറുത്ത സാധനം വയ്ക്കുക. അല്ലെങ്കിൽ കറുത്തതിന്നടുത്തേക്കു വെളുപ്പിനെ നീക്കുക."

ഈ രീതിയിലൂടെ സത്യാസത്യങ്ങളെയും രാപ്പകലുകളെയും നന്മതിന്മകളെയും അവർ തരംതിരിക്കുന്നു. കറുത്തതിനടുത്തെത്തുമ്പോൾ വെണ്മ കൂടുതൽ ശോഭിക്കുന്നു എന്നും, കറുപ്പ് കൂടുതൽ കറുപ്പായി മാറുന്നു എന്നും അറിയുമ്പോൾ തിന്മകൾക്കൊരിക്കലും നന്മയെ

ക്ഷയിപ്പിക്കാനാവില്ല എന്ന് അവർ പരോക്ഷമായി സമർത്ഥിക്കുന്നു. അവരുടെ വെണ്മ അവരറിയാതെ നമ്മളറിയുകയും ചെയ്യുന്നു.

അവർ യേശുവിനെ സ്വീകരിക്കുകയും മണവാട്ടിയായി രൂപാന്തരം പ്രാപിക്കുകയും ചെയ്തു. ഓരോ നിമിഷവും യേശുവിന്റേതാക്കി. യേശുവുമായുള്ള പ്രേമപരവശതയിൽ നിറയുകയും മറിയുകയും ഉന്മാദിനിയാവുകയും ചെയ്തു. ഒരു സാധാരണ വ്യക്തിയെ സംബന്ധിച്ചിടത്തോളം തെരേസയുടെ മനോനിലയും ധൈര്യവും അനുഭവസമ്പത്തും അറിയുക എളുപ്പത്തിൽ സാദ്ധ്യമായതല്ല. അവരുടെ മനോനിലയുടെ അടുത്തെത്താൻ മറ്റാർക്കെങ്കിലും കഴിഞ്ഞിട്ടുണ്ടോ എന്നത് അറിയാനാവാത്ത കാര്യം. എന്നാൽ അവർ രുചിച്ചറിഞ്ഞതിന്റെ നേർത്ത കണം കണ്ടറിയാനോ ആസ്വദിക്കാനോ കഴിഞ്ഞിട്ടുണ്ടെങ്കിൽ അതിൽപ്പരം ഭാഗ്യം മറ്റൊന്നില്ല. തെരേസ മെനഞ്ഞുണ്ടാക്കിയ നേർത്തതും ശുഭ്രവുമായ കുടക്കീഴിൽ ആകസ്മികമായിട്ടെങ്കിലും ചെന്നെത്തുക ഒരന്വേഷിയെ സംബന്ധിച്ചിടത്തോളം പുണ്യമായ കാര്യമാണ്. അവിടെ താരാട്ടു കേട്ടുറങ്ങാനും സ്നേഹധ്വനികളുടെ ഇളം ചൂടിൽ മയങ്ങാനും ഒരന്വേഷി പ്രാപ്തനാകുന്നു. സ്നേഹം എന്നത് കാമം കൂടിക്കലർന്ന മലരുകളാണെന്നും, ദൈവം എന്നത് തോന്നലുകൾക്കനുസൃതമായി മാറിവരുന്ന സമസ്യയാണെന്നും അറിയിക്കുക കൂടി ചെയ്തു ആ മഹാവനിത. എങ്ങനെ ഒരു രൂപത്തെ പ്രേമിക്കാം, ആഗ്രഹിക്കാം, പ്രാർത്ഥിക്കാം എന്നുള്ള ചോദ്യത്തിന് പ്രഭുവും, ദൈവവും ദൈവപുത്രനും ആയ യേശുവിനെ മുന്നിൽ നിർത്തി തെരേസ നല്കുന്ന ഉത്തരം എല്ലാ ആശങ്കകളെയും ഭയത്തെയും ഇല്ലാതാക്കുന്നു.

ദൈവത്തെ, ആരാദ്ധ്യനായ മൂർത്തസങ്കല്പത്തെ ഏതു തരത്തിലും അറിയാൻ കഴിയും എന്നും ഇങ്ങനെയും പ്രേമിക്കാമെന്നും അവർ നമുക്കു മനസ്സിലാക്കിത്തന്നു. അവരുടെ പ്രബന്ധങ്ങളിലൂടെ കടന്നുപോകുമ്പോൾ ലഭിക്കുന്ന ആത്മീയ നിർവൃതിക്കു ഓരോ ആളും അവരോട് കടപ്പെട്ടിരിക്കുന്നു.

ഏതു ഭാഷയിൽ എത്തരത്തിൽ എങ്ങനെ ഉപയോഗിച്ചാലും പ്രേമം എന്ന വാക്കിന് ഒരൊറ്റ കാര്യമേ പറയാനുള്ളൂ, ചെയ്യാനുള്ളൂ. ആത്മാർത്ഥമായും സത്യസന്ധമായും കണ്ണടച്ചു പ്രേമിക്കുക എന്നതു മാത്രം; അവസാന ശ്വാസംവരെ. പ്രേമം അഗ്നിയും ആകുന്നു. ഒരിക്കലും കെട്ടടങ്ങാത്ത മഹാഗ്നി.

തെരേസയുടെ ആദ്ധ്യാത്മികജീവിതം ഉയർത്തിക്കാണിച്ചതും മറ്റൊന്നായിരുന്നില്ല.

ഈ മഹദ് വനിതയുടെ ജനനം 1515 ലും മരണം 1582 ലും ആയിരുന്നു.

സെന്റ് തെരേസയുടെ ആദ്ധ്യാത്മ ജീവിതം ഒരു സത്യാന്വേഷിക്കു നല്കുന്ന ജ്ഞാനം അയാളുടെ പാതയിൽ ഓർമ്മപ്പെടുത്തലുകളായും ദൃഷ്ടാന്തങ്ങളായും സഹായത്തിനെത്തുന്നു.

തെരേസ അനുഭവിച്ച ആദ്ധ്യാത്മികമായ കഠോര യാതനകൾ അവരുടെ ജീവിതത്തെ സമ്പുഷ്ടവും ഏകതാനവും ദൃഢവുമാക്കിയതായി കാണാം. ദേവാലയ വിശുദ്ധമായ അവരുടെ ജീവിതവും കന്യകാത്വവും കൊടിയ ദുരിതങ്ങളും അവരിലൂടെ കടന്നുപോവുമ്പോൾ നിസ്വമായ ഒരു തലം അവരിലുണ്ടാകുന്നു എന്നറിയാനാവും.

തെരേസ കന്യാമറിയത്തിനൊപ്പം നില്ക്കാൻ പ്രാപ്തയാവുന്നത് കണ്ണുനീരിനോളം കളങ്കരഹിതമായ ജീവിതം കൊണ്ടാണ്. അവർ യേശുവിനെ പ്രണയിച്ചു. സ്വീകരിച്ചു. ജീവിച്ചു. അവനൊപ്പം കലർന്നു. രണ്ടും ഒന്നായി.

മിസ്റ്റിക്ക് ശാഖയിലെ അർഘപുഷ്പമായി തെരേസ വിങ്ങി നില്ക്കുന്നു. കാലം അതിനു കാവൽ നില്ക്കുന്നു.

....

റാബിയ

എല്ലായ്പ്പോഴും എന്റെ ചിന്തയിലും പ്രാർത്ഥനയിലും
ദൈവസ്മരണ മാത്രമേ ഉണ്ടായിരുന്നുള്ളൂ.
മറ്റൊന്നിനും അവിടെ സ്ഥാനമുണ്ടായിരുന്നില്ല.
ഒരിക്കൽ ഒരാൾ പ്രാർത്ഥിക്കുന്നതു കേൾക്കാനിടയായി.
അതിൽ "ദൈവവും ചെകുത്താനും" എന്ന
ഒരു വാക്കുണ്ടായിരുന്നു.
ദൈവനാമത്തോടൊപ്പം ചെകുത്താന്റെ പേരും
ഉച്ചരിക്കപ്പെട്ടത് എനിക്കിഷ്ടമായില്ല.
അപ്പോൾത്തന്നെ ഞാൻ പ്രാർത്ഥിച്ചു:
"ദൈവമേ, നിന്റെ നാമത്തോടൊപ്പം
ചെകുത്താന്റെ പേരും ചേർക്കപ്പെട്ടിരിക്കുന്നു.
ഒന്നുകിൽ ചെകുത്താനെന്ന പദം ആ പ്രാർത്ഥനയിൽനിന്ന്
എടുത്തു മാറ്റുക.
അല്ലെങ്കിൽ ആ പ്രാർത്ഥന മുഴുവനായും
എടുത്തു കളയുക."

-റാബിയ

ഒരേ തട്ടിൽ വിഹരിക്കുന്ന മൂന്നു മിസ്റ്റിക്ക് വനിതകളാണ് മീരയും തെരേസയും റാബിയയും. മീരയിൽനിന്നും തെരേസയിൽ നിന്നും റാബിയയെ മാറ്റിനിർത്തുന്ന ചില ഘടകങ്ങളുണ്ട്. മറ്റു രണ്ടുപേരുടെ ജീവിതവുമായി വളരെ അകലം നില്ക്കുന്നു റാബിയയുടേത്. ഒരു പ്രഭു കുടുംബത്തിൽ ജനിച്ചതുകാരണം ഒരു രാജകുമാരിക്കു വേണ്ടുന്നത്ര സുഖങ്ങൾ അനുഭവിക്കാൻ മീരയ്ക്കു കഴിഞ്ഞു. പീഡനങ്ങളുടെ തോത് അത്ര വലുതായിരുന്നില്ല. ദർബാർ താളത്തിൽ സംഗീതോപകരണങ്ങളുടെ

അകമ്പടിയോടെ പാടിക്കേൾക്കാറുള്ള ഭജനകളിൽനിന്നുണർന്നു വരുന്ന കാർവർണ്ണന്റെ രൂപഭംഗി ആസ്വദിക്കുന്നതിൽ അവർക്കു വിലക്കൊന്നു മില്ലായിരുന്നു. കൊട്ടാരത്തിലെ പൂജാമുറിയിലെ ശ്രീകൃഷ്ണവിഗ്രഹത്തെ പാലഭിഷേകം ചെയ്യുന്നതിനോ, ഉറങ്ങുമ്പോൾ അടുത്തു കിടത്തു ന്നതിനോ, ഉറക്കമുണരുമ്പോഴൊക്കെ കൺകുളിർക്കേ കാണുന്നതിനോ പ്രശ്നവുമില്ലായിരുന്നു. മുഴുവൻ സമയവും സ്വജീവിതവും കൃഷ്ണ സ്മരണയിൽ നീക്കുന്നതിൽ മാത്രമേ തടസ്സങ്ങളുണ്ടായിരുന്നുള്ളൂ. പ്രത്യേകിച്ചും വിവാഹാനന്തരം ശ്രീകൃഷ്ണ ക്ഷേത്രങ്ങളിൽ കൂടുതൽ സമയം ചെലവഴിക്കുന്നതിൽ, കൃഷ്ണ ഭക്തരുമായി ഒരു രാജകുമാരി അടുത്തിടപഴകുന്നതിൽ. ഇത്തരം കാര്യങ്ങൾ മീരയെ എത്രമാത്രം പീഡിപ്പിച്ചു എന്ന് അവരുടെ കവിതകളിലൂടെ അറിയിച്ചിട്ടുമുണ്ട്. പലപ്പോഴും അവർ “കാർവർണ്ണാ നീ എന്റെ ഹൃദയമിടിപ്പ് കേൾക്കു ന്നില്ലേ?” എന്നും, “ഞാൻ നിന്റെ വിശുദ്ധയായ ഇണയാണെന്ന്” പറ യുകയും, അതിനുത്തരമായി കൃഷ്ണൻ “മീരയുടെ സ്നേഹത്തിന്റെ ആഴമളക്കാൻ മറ്റൊരു മീരയ്ക്കുമാവില്ല” എന്നു ഉരുവിടുകയും ചെയ്യു ന്നുമുണ്ട്. ഗീതയിലെമ്പാടും നിറഞ്ഞുനിന്ന് ദൈവിക മാഹാത്മ്യത്തിന്റെ തീജ്ജ്വാലകളും നീരൊഴുക്കുകളും നന്മതിന്മകളുടെ അർത്ഥവ്യാപ്തികളും നല്കുന്ന ഭഗവാൻ ശ്രീകൃഷ്ണൻ, മീരയുടെ ഹൃദയത്തിൽ ഒരു സാധാരണ സ്വരൂപനായിത്തീരുകയും അവളുടെ വായ്മൊഴികൾക്കും ഭജനകൾക്കും പ്രേമത്തിനും വിധേയനാവുകയും ചെയ്യുമ്പോൾ നാം, വായനക്കാർ, കൃഷ്ണനെ ഒരു സതീർത്ഥ്യനായും കാമുകനായും സ്വീകരിക്കുന്നു. ഇത് മീര നമുക്കു തന്ന മഹത്തായ സാദ്ധ്യതയാണ്. തത്ത്വസംഹിതകളും വരുംവരായ്കകളും ഉദാഹരണസഹിതം ഉദ്ഘോ ഷിക്കുന്ന ഭഗവാന്റെ രൂപത്തിൽനിന്ന് മീരയോട് പിണങ്ങുകയും ഇണ ങ്ങുകയും പാലു വാങ്ങി കുടിക്കുകയും ചെയ്യുന്ന അതിതരളിതനും പ്രേമി യുമായ കണ്ണനിലേക്കുള്ള ദൂരം നാം അറിയാത്തതാണ്. ഇതിനു മീര ഒരു പ്രധാന കാരണക്കാരിയാണ്. ഇതേ കൃഷ്ണൻ തന്നെയാണ് ഗീത യിലെ വരികളിലൂടെ മനുഷ്യാവസ്ഥയുടെ പൂർണ്ണത കൈവരിക്കാനുള്ള വഴികളും നല്കുന്നത്.

“കൃഷ്ണനെ അറിഞ്ഞില്ലെങ്കിൽ ഒരിക്കലും ആ വരികളിലെ പ്രയോ ജനം ലഭ്യമാകില്ല. കൃഷ്ണൻ സർവ്വാധിപതിയായ ദൈവമാണ്.”[10]

ദർശനം ഒരു ഭാഗത്തും, മീരയുടെ ഭക്തിസാന്ദ്രവും ഹൃദയരാഗമുതി രുന്നതുമായ പ്രേമപരവശതയിലെ കാല്പനിക പ്രേമാഭിലാഷം മറ്റൊരു വശത്തും കൈകോർത്തു നില്ക്കുന്നു. ഒന്ന് ബുദ്ധിയിലോ യോഗദൃഷ്ടി യിലോ അധിഷ്ഠിതമായ കാര്യം. മറ്റേത് അതിലളിതവും തൂവലിനേക്കാൾ ഭാരംകുറഞ്ഞതും നേർക്കുനേരെ ഉള്ളതും. നമുക്കിഷ്ടം നമ്മോടൊപ്പം നടന്നുനീങ്ങുന്ന സുഹൃത്തിനെയാണ് എങ്കിൽ, നമുക്ക് സ്നേഹിക്കാനാ വുക മീരയുടെ കൃഷ്ണനെയാണ്. ഗീതാജ്ഞാനവും ഉപദേശങ്ങളും ലോകത്തിന്റെ ആദ്ധ്യാത്മിക വർദ്ധനയ്ക്കു നല്കുന്ന സംഭാവന

ശ്രേഷ്ഠമാണ്. "എന്റെ പ്രിയതമനേ, നിന്റെ ദർശനത്താൽ എന്നെ മുക്തമാക്കുക; നീയില്ലാതെ എനിക്ക് നിലനില്പില്ല; നീയില്ലെങ്കിൽ ചന്ദ്രികയില്ലാത്ത രാത്രിപോലെ ഞാൻ. ഞാൻ നിന്നെ ഓർത്ത് ഒന്നും ഭക്ഷിക്കാതിരുന്നു. എനിക്കു കണ്ണുകളുണ്ടെങ്കിൽ അവ നിന്നെക്കാണാനായി മാത്രം. എന്റെ വേദന മാറ്റിത്തരൂ പ്രിയപ്പെട്ടവനെ..." എന്നീ കേഴലുകൾ ചെവികൊള്ളാതെ ഹൃദയവും അതിനുള്ളിലൊരു സ്നേഹത്തടാകവുമുള്ള മനുഷ്യജീവിക്കെങ്ങനെയാണ് പിന്തിരിഞ്ഞിരിക്കാനാവുക? മീര സൃഷ്ടിച്ചുതരുന്ന പ്രേമിയായ കൃഷ്ണനോട് നമുക്ക് അടുപ്പവും ഇഷ്ടവും സ്നേഹവും തോന്നുന്നു. അർജ്ജുനനോട് ഉപദേശിക്കുന്ന ഭഗവാനോട് ആദരവും അഭയവും.

പീഡനങ്ങളുടെയും യാതനകളുടെയും തീച്ചൂളകളിൽ വെന്തുരുകി കുരിശിലേറപ്പെട്ട യേശുവിന്റെ രൂപം മറ്റേതൊരു പുണ്യാത്മാവിനേക്കാളും ശ്രേഷ്ഠമാണ്. അഗതിയായി ജനിച്ചവൻ. മറിയത്തിന്റെ ആകെയുള്ള ആശ്രയം. പീഡിതരുടെ ആശാകേന്ദ്രം. സുഖത്തിന്റെ ഒരു തലോടലും അനുഭവിക്കാത്തവൻ. ചുറ്റും ശത്രുക്കൾ. എല്ലായിടത്തുനിന്നും കുന്തമുനകൾ. മഗ്ദലനമറിയത്തെപ്പോലെ പുറന്തള്ളപ്പെട്ടവരുടെ സ്നേഹം മാത്രം കൂട്ടിന്. പാപികളുടെ സഹയാത്രികൻ. സ്നേഹത്തിന്റെ ദീപ്തിയുമായി യേശു ദൈവികദർശനത്തിന്റെ അനന്തമേഖലകൾ അനുയായികൾക്കു ദൃഷ്ടാന്തപ്പെടുത്തി. യേശു ഹൃദയങ്ങളെ കീഴടക്കി. അതിൽ വസിക്കുന്നവനും അതിന്റെ അധികാരിയുമായി. ലോകത്തെ ഉദ്ധരിക്കാനും പുനഃസൃഷ്ടിക്കാനും പാപങ്ങളെല്ലാം കഴുകിക്കളയാനും യേശു ജന്മമെടുത്തു. യേശുവിന്റെ കർത്തവ്യം എന്താണെന്ന് അറിയുമ്പോഴൊക്കെ നമുക്കറിയാവുന്ന ദൈവപുത്രൻ എത്രമാത്രം ഉന്നതനാണെന്ന് നാമറിയുകയും ചെയ്യുന്നു. എന്നാൽ തെരേസയുടെ യേശു എത്രമാത്രം തരളിതൻ. സെന്റ് ജോസഫ് മഠത്തിലെ ഏകാന്തതയിലിരുന്ന് തെരേസ തന്റെ അനുഭവങ്ങൾ എഴുതിത്തീർക്കുമ്പോൾ ദൈവപുത്രന്റെ രൂപത്തിൽനിന്ന് ഭാവഭേദം വരുന്നു. യേശു നമുക്കിടയിലെ ആശാരിയും കാമുകനും ആയി ഭവിക്കുന്നു. നമുക്ക് ആ മഹാത്മാവിനോട് സംവദിക്കാം എന്നും അദ്ദേഹത്തിലൂടെ എന്തും അറിയാമെന്നും നാം അപ്പോൾ മനസ്സിലാക്കുന്നു. ഇത് തെരേസ നല്കിയ അനുഗ്രഹമാകുന്നു.

"നാം അവനോട് ഒന്നും ഉപദേശിക്കരുത്, അവനെന്താണ് നമുക്ക് ചെയ്യേണ്ടതെന്ന്. അവനാണ് നമുക്ക് പറഞ്ഞുതരിക- നാമെന്താണ് ചോദിക്കേണ്ടതെന്ന്."

യേശുവിനെ അടുത്തറിഞ്ഞ ഒരു സഹകാരിയുടെ ശബ്ദം ഇതിലുണ്ട്. തെരേസ വളരെയധികം ഉണർവ്വോടെ യേശുവിന്റെ ഉദ്ദേശ്യം അറിയിക്കുകയും ചെയ്യുന്നു. അതിനപ്പുറത്തെ അവസ്ഥയിലെത്തുമ്പോൾ അവർ നമ്മെ അത്ഭുതപ്പെടുത്തുന്നു. അതിങ്ങനെ: "നിന്റെ മാറിടം വീഞ്ഞിനേക്കാൾ ഉത്തമം. അതിസുഗന്ധം നല്കുന്നു." അവർ

അതിനുശേഷം തന്റെ അനുഭവം വിവരിക്കുന്നു. "പ്രിയപ്പെട്ട കുഞ്ഞുങ്ങളേ, എന്തൊരു അഗാധമായ രഹസ്യമാണ് ഈ വാക്കുകളിൽ ഉള്ളത്! പ്രഭു ആ അനുഭവം തരുമ്പോഴറിയാം, അനുഭവങ്ങൾ പ്രകടിപ്പിക്കുക അസാദ്ധ്യമാണെന്ന്. പ്രതാപിയായ അവന്റെ കാരുണ്യത്താൽ, വധുവിന്റെ ആഗ്രഹം അനുഭവസ്ഥമാക്കുമ്പോൾ അവനുമായുള്ള സ്നേഹബന്ധത്തിന്റെ ആഴമറിയാനാവും." നാം അതുവരെ അറിഞ്ഞിട്ടില്ലാത്ത ഇത്തരമൊരു ബന്ധത്തിന്റെ തിരികൊളുത്തി തെരേസ നമുക്കു സമ്മാനിക്കുന്ന യേശു, മഗ്ദലനമറിയത്തിലൂടെ അറിഞ്ഞവനേക്കാളും അടുത്തുള്ളവനായി മാറുന്നു. രാധയിലൂടെ അറിഞ്ഞ കൃഷ്ണനേക്കാൾ കൂടുതൽ അടുപ്പം മീരയിലൂടെ നമുക്ക് കിട്ടിയതുപോലെ, തെരേസയിലൂടെ നാം യേശുവിനേയും അടുത്തറിയുന്നു. യഥാർത്ഥത്തിൽ സ്ത്രീശക്തിയുടെ ഏറ്റവും വലിയ ഉദാഹരണങ്ങളായി മീരയും തെരേസയും നമുക്കു മുന്നിൽ വന്നുനില്ക്കുന്നു. അവരിലൂടെ ലഭിക്കുന്ന ആത്മാർത്ഥ പ്രേമത്തിന്റെ കതിരുകൾ ഹൃദയത്തിൽ വിളയുന്നത് നാം അനുഭവിക്കുകയും ചെയ്യുന്നു.

റാബിയയിലേക്കു വരുമ്പോൾ ഈ ശക്തി ഒരിക്കൽക്കൂടി ഉണരുന്നു. റാബിയയുടെ ജനനം, മതം, ചുറ്റുപാടുകൾ, പീഡനങ്ങൾ, അനുഭവതീവ്രതകൾ, പ്രേമിച്ച രീതി, ജീവിത സമസ്യകൾ എന്നിവ മറ്റു രണ്ടുപേരിൽ നിന്നും വിഭിന്നമായിരുന്നു. ജനനത്തിൽനിന്നുതന്നെ ഈ വ്യത്യസ്തത തുടങ്ങുന്നു. മീരയ്ക്കു കൃഷ്ണരൂപമുണ്ട് ആരാധിക്കാൻ. തെരേസയ്ക്ക് യേശുവിന്റെ രൂപവും. എന്നാൽ റാബിയയുടെ അവസ്ഥയോ? ഒരു രൂപവുമില്ല എന്നതുമാത്രമല്ല, അങ്ങനെ ദൈവത്തെ പ്രേമിച്ചുകൂടാ എന്ന വിലക്കുമുണ്ട്. ചിട്ടപ്പെടുത്തിയ നിർബ്ബന്ധിത അനുഷ്ഠാനങ്ങൾക്കപ്പുറം കാലെടുത്തു വയ്ക്കാൻ പാടില്ല. "അനൽ ഹഖ്" എന്നുച്ചരിച്ചതിന് കുരിശിലേറ്റപ്പെട്ട മൻസൂർ അൽഹല്ലാജിന്റെ പാഠം ചരിത്രത്തിൽ തിരുത്തപ്പെടാതെ കിടപ്പുണ്ട്. റാബിയ എങ്ങനെ തന്റെ പ്രിയപ്പെട്ടവനെ പ്രേമിച്ചു എന്നത് നമ്മെ എപ്പോഴും അമ്പരപ്പിക്കുന്നു.

റാബിയയുടെ ജനനം എണ്ണവിളക്കിന്റെ അവസാന തിരിയും കെട്ടുപോയ ഇരുണ്ട ഒരു രാത്രിലായിരുന്നു. ഭാര്യയുടെ പ്രസവവേദന മറ്റു മൂന്നു പെൺമക്കൾക്കൊപ്പം കണ്ടുനിന്ന റാബിയയുടെ പിതാവ് ഇസ്മയിൽ പൊക്കിൾക്കൊടി മുറിക്കാൻപോലും വെളിച്ചമില്ലാതെ വിഷമിച്ചു. അയൽവാസികൾ തിരിഞ്ഞുനോക്കിയില്ല. സഹായത്തിനാരുമില്ലാതെ ഇസ്മയിലും മൂന്നു പെൺമക്കളും ചേർന്ന് നാലാമത്തേത് എന്നർത്ഥമുള്ള "റാബിയ" ഇരുണ്ടരാത്രിയിലെ നക്ഷത്രമായി പിറവിയെടുത്തു. നാലാമത്തേതും പെൺകുഞ്ഞായിട്ടും ഇസ്മയിലോ, പെൺകുട്ടികളെ പോറ്റാനുള്ള പ്രയാസം നന്നായി അറിയാവുന്ന ഭാര്യയോ നിരാശപ്പെട്ടില്ല. പുതിയ അതിഥിയായി വന്ന റാബിയയെ ദൈവത്തിന്റെ മറ്റൊരു സമ്മാനമായി അവർ സ്വീകരിച്ചു. അല്ലാഹുവിന്റെ ആന്തരിക

പ്രഭയുടെ പ്രതിഫലനമാണ് പുതിയ പിറവി എന്നവർ കരുതി. ഇരുട്ടിലെ നക്ഷത്രംപോലെ റാബിയ തിളങ്ങി.

അന്നു രാത്രി ഇസ്മയിൽ ഒരു വെളിപാട് സ്വപ്നംകണ്ടു. റാബിയ ഒരപൂർവ്വ സന്തതിയാണെന്നും ദൈവാനുഗ്രഹം ഏറെ ഉള്ളവളാണെന്നും ആ സ്വപ്നത്തിലൂടെ ഇസ്മയിൽ അറിഞ്ഞു.[11] മാത്രവുമല്ല ബസറയിലെ ഗവർണ്ണർ ഇസാ സദാൻ ഇസ്മയിലിനെ കാണാനാഗ്രഹിക്കുന്നു എന്നും അയാൾ മനസ്സിലാക്കി. ഞെട്ടിയുണർന്ന ഇസ്മയിൽ പിറ്റേന്നു കാലത്ത് തന്റെ സ്വപ്നാനുഭവം ഒരു കടലാസിൽ എഴുതി ഗവർണ്ണറുടെ വീട്ടിൽ ച്ചെന്നു. ദരിദ്രനും, മേൽവിലാസമോ, സ്ഥാനമാനങ്ങളോ ഇല്ലാതിരുന്ന വനുമായ ഇസ്മയിലിനെ ഗവർണ്ണർ സ്വീകരിക്കുകയും അയാളുടെ കൈയിൽനിന്ന് കടലാസു വാങ്ങി വായിക്കുകയും ചെയ്തു. ഉടൻ തന്നെ മന്ത്രിയെ വിളിച്ച് രണ്ടായിരം റിയാൽ ഇസ്മയിലിനെ ഏല്പിക്കാൻ ഉത്തരവിട്ടു. പണവുമായി തിരിച്ചെത്തിയ ഇസ്മയിൽ വളരെ മാസ ങ്ങളോളം നാലു പെൺമക്കളെയും ഭാര്യയെയും പോറ്റി. അപ്പോഴൊക്കെ റാബിയയിൽ കണ്ടുവന്നിരുന്ന സ്നേഹോർജ്ജം ഇസ്മയിലും ഭാര്യയും ശ്രദ്ധിച്ചിരുന്നു. ബാഹ്യമായി റാബിയയെ പ്രശംസിക്കാതെ ഉള്ളിൽ പ്രത്യേകമായ മമതയും സ്നേഹവും അവർ കാത്തുസൂക്ഷിച്ചു. അതി സുന്ദരിയും സ്നേഹ സമ്പന്നയുമായ റാബിയയ്ക്കു പ്രത്യേകിച്ചു കൂട്ടികാരികൾ ആരും ഉണ്ടായിരുന്നില്ല.

റാബിയയ്ക്കു പതിനൊന്നു വയസ്സുള്ളപ്പോൾ പിതാവ് ഇസ്മയിൽ മരണമടഞ്ഞു. ദാരിദ്ര്യത്തിന്റെ കാർമേഘം ആ കുടുംബത്തെ പൊതിഞ്ഞു. അനാഥരായ അവർ ഭിക്ഷാടനം നടത്തേണ്ടിവരുമെന്ന ഘട്ടം വന്നപ്പോൾ ബസറ വിടാൻ തയ്യാറായി. ബാക്കിയുള്ള കെട്ടുംമുട്ടു മായി അവർ ബസറ വിട്ടു. അകലെ എവിടെയെങ്കിലുമായിരുന്നു ലക്ഷ്യം. വഴിയിൽ അവർ കൊള്ളക്കാരാൽ ആക്രമിക്കപ്പെട്ടു. അവർ റാബിയയുടെ അമ്മയെ കൊന്നു. നാലു പെൺകുട്ടികളെ വീതം വെച്ച് കൊള്ളക്കാർ വിവിധ ഭാഗങ്ങളിലേക്ക് യാത്രയായി. ഇറാക്കിലും സമീപപ്രദേശങ്ങളിലും അടിമക്കച്ചവടം വ്യാപകമായിരുന്ന കാലമായിരുന്നു അത്. പിറ്റേന്ന് റാബിയ അടിമക്കച്ചവട ചന്തയിൽ വില്പനച്ചരക്കായി. മൂന്നു സഹോ ദരിമാർ മറ്റ് ചന്തകളിലേയും. പിന്നീടൊരിക്കലും നാലുപേരും തമ്മിൽ കാണുകയുണ്ടായില്ല. സുന്ദരിയും ആരോഗ്യവതിയുമായിരുന്ന റാബി യയെ വിലയ്ക്കു വാങ്ങാൻ നിരവധി പേരുണ്ടായിരുന്നു. ഏറ്റവും കൂടു തൽ വില നല്കിയ കച്ചവടക്കാരന് റാബിയയെ നല്കി കൊള്ളക്കാർ സ്ഥലംവിട്ടു.

മറ്റു അടിമപ്പെൺകുട്ടികൾക്കൊപ്പം റാബിയ യാത്രയായി. വലിയൊരു പാണ്ട്യാലയിൽ അവളും മറ്റുള്ളവരും ജോലി ആരംഭിച്ചു. ഏറ്റവും ചെറിയ പ്രായത്തിൽ അനുഭവിക്കേണ്ടിവന്ന കഠിനമായ പീഡാനുഭവങ്ങൾ റാബി യയുടെ മനസ്സിനും ശരീരത്തിനുമേല്പിച്ച ആഘാതം കടുത്തതാ യിരുന്നു. ഉറ്റവരും ഉടയവരുമില്ലാതെ, ആകാശത്തിനു കീഴെ ഏകാകി

യാവുക. ദുഃഖങ്ങളുടെ നീണ്ട ദിനങ്ങൾ. ഒരു കച്ചവടച്ചരക്കായിത്തീർന്ന ജീവിതം. തന്റെ ഉള്ളുണരുന്ന കാര്യം അവൾ പതുക്കെ അറിഞ്ഞു തുടങ്ങി. എന്തോ ഒരു അവസ്ഥ തന്നെ മുന്നോട്ടു തള്ളുന്നതായും അതിന്റെ ബലത്തിൽ മോഹിക്കാനെന്തോ ഒന്ന് ഉള്ളതായും. എല്ലാ പീഢനങ്ങൾക്കും വേദനകൾക്കും അതീതമായി ശാന്തയാവാനുള്ള തയ്യാറെടുപ്പിനുള്ള മുന്നറിയിപ്പ്. അതെന്താണെന്ന് അവൾക്കറിയില്ല. ആർക്കും അതുവരെയും (ഇതുവരെയും) പിടിത്തം കൊടുത്തിട്ടില്ലാത്ത ആ ഒന്ന്! അതിന്റെ ലാളനയിൽ, ഗുപ്താവസ്ഥയിൽ, റാബിയ രാത്രികാലങ്ങളിൽ ആ സ്വർഗ്ഗീയരസത്തിന്റെ നുറുങ്ങുകൾ പതുക്കെ മൂളാൻ ആരംഭിച്ചു. അതു കേട്ടുനില്ക്കുമായിരുന്ന മറ്റു അടിമ പെൺകുട്ടികൾക്ക് അറിയാനായി, അവളുടെ ശബ്ദമാധുരി മൃദുലവും സുന്ദരവും കാതുകളിലൂടെ ആഴത്തിൽ ഹൃദയത്തിനകത്തേക്ക് കയറി നൃത്തം ചെയ്യുന്നതാണെന്ന്. ജോലി കഴിഞ്ഞ് ക്ഷീണിച്ചുറങ്ങുന്ന അടിമകൾ റാബിയയുടെ സ്തുതിഗീതകങ്ങളിൽ ആകൃഷ്ടരായി. റാബിയ ശ്രദ്ധിക്കപ്പെടാനും സ്നേഹിക്കപ്പെടാനും തുടങ്ങി.

ഇത് യജമാനനറിഞ്ഞു. അവളെ താക്കീതു ചെയ്തു. അടിമകളെ സന്തോഷിപ്പിക്കുക റാബിയയുടെ ജോലിയല്ലെന്നു പറഞ്ഞ് അവളെ മുറിമാറ്റി താമസിപ്പിച്ചു. സംഗീതസാന്ദ്രവും പ്രേമനിർഭരവുമായ കവിത ആർക്ക് ആരിൽ നിന്ന് തടഞ്ഞുനിർത്താനാവും? അത് ഏത് ഇരുട്ടുമുറിയിലും വെളിച്ചത്തിന്റെയും ബോധത്തിന്റെയും അനക്കങ്ങൾ സൃഷ്ടിക്കും. എവിടെയൊക്കെ അവൾ മാറ്റിപ്പാർപ്പിക്കപ്പെട്ടുവോ അവിടെയൊക്കെ സഹൃദയരായ അടിമകൾ അവൾക്കു പിന്നാലെ കൂടി. ഒടുക്കം യജമാനൻ സഹികെട്ട് അവളെ മുറിയിലിട്ടു പൂട്ടുകയും മർദ്ദിക്കുകയും ചെയ്തു. ചോരവാർന്ന ദേഹവുമായി റാബിയ പ്രാർത്ഥിച്ചു.

“ദൈവമേ നിന്റെ കരുണ നിറഞ്ഞ ഒരു നോട്ടം മതി ഞാൻ തൃപ്തയാവാൻ....”

ദൈവസ്തുതികൾ രചിക്കാനും പാടാനും അവൾക്ക് അധികാരമില്ലെന്നു പറഞ്ഞ് അവളെ യജമാനൻ പട്ടിണിക്കിട്ടു. അവൾ വീണ്ടും വീണ്ടും ഹൃദയരാഗങ്ങൾ പാടിക്കൊണ്ടേയിരുന്നു. അക്ഷരാഭ്യാസമില്ലാതിരുന്ന ഒരു പെൺകുട്ടി എങ്ങനെ ഇത്ര മനോഹരമായ ദൈവികപ്രണയ ഗാനങ്ങളെഴുതി എന്നാരെങ്കിലും ചേദിച്ചാൽ ഉത്തരം കിട്ടാതെ ദീർഘനിശ്വാസമിടാനെ നമുക്കാവൂ.

വിണ്ടു കീറിവിളർത്ത പാണ്ട്യാലകളുടെ വിള്ളലുകളിൽ അടിമകളുടെ നെടുവീർപ്പുകൾക്കും നൊമ്പരങ്ങൾക്കുമൊപ്പം റാബിയയുടെ ദൈവിക സ്തുതിഗീതങ്ങൾ നിറഞ്ഞുനിന്നു. അടിമകളുടെ പീഡാനുഭവങ്ങൾക്ക് അവ ആശ്വാസം നല്കി. പർവ്വതങ്ങളുടെ നിഴൽ തണൽ നല്കുംപോലെ കവിത അവളുടെ തണലായിത്തീർന്നു.

റാബിയ പകൽ മുഴുവൻ യജമാനന്റെ ആജ്ഞകൾ അനുസരിച്ചു. രാത്രികാലങ്ങളിൽ തന്നിലേക്കു വന്നിറങ്ങുന്ന ശകലങ്ങൾ കോർത്ത്

കവിതാമാല തീർത്തു. ഒരു ദിവസം പുതിയൊരു യജമാനൻ വരികയും അവളെ വിലയ്ക്കു വാങ്ങുകയും ചെയ്തു. 'പാടുന്ന അടിമ'യെ പലതവണ വില്ക്കാൻ ശ്രമിച്ചു പരാജയപ്പെട്ട പഴയ യജമാനൻ കിട്ടിയ വിലയ്ക്കാണവളെ വിറ്റത്. പുതിയ യജമാനനോടൊപ്പം മറ്റൊരു പാണ്ട്യാലയിലേക്ക് പോയ റാബിയ മറ്റൊരു കൂട്ടം അടിമകൾക്കിടയിൽ എത്തിച്ചേർന്നു. സുന്ദരിയായിരുന്ന റാബിയയ്ക്ക് പുതിയൊരു ജോലി ഏല്പിക്കാനായിരുന്നു യജമാനൻ നിശ്ചയിച്ചത്. അയാൾ റാബിയയെ ബാഗ്ദാദിലേക്കു കൊണ്ടുപോയി. അവളുടെ സൗന്ദര്യവും ശബ്ദവും പാടാനുള്ള കഴിവും ഉപയോഗിച്ച് കൂടുതൽ പണം നേടാൻ അയാൾ പരിപാടിയിട്ടു. വിവാഹവീടുകളിൽ അണിഞ്ഞൊരുങ്ങി പാടാനും നൃത്തം ചെയ്യാനും അയാൾ അവളെ ഒരുക്കി. അവൾ ആ ജോലിയിൽ നൈപുണ്യം നേടി. അവളുടെ പ്രണയപ്പാട്ടുകളൊക്കെ കേൾവിക്കാരെ ഹരം കൊള്ളിച്ചു. പതുക്കെപ്പതുക്കെ പഴയ പാട്ടുകളുടെ അലൗകിക ഭാവം നഷ്ടമായിക്കൊണ്ടിരുന്നു. അവളിലൂടെ യജമാനൻ ധാരാളം പണം സമ്പാദിച്ചു. മുപ്പത്തിയാറ് വയസ്സുവരെ റാബിയ പാട്ടുകാരിയായും നർത്തകിയായും ജീവിച്ചു.

ഒരു ധനാഢ്യന്റെ വിവാഹാഘോഷ രാത്രി അതിഥികൾക്കു നടുവിൽ റാബിയ പാടുകയായിരുന്നു. അവരിൽ അലൗകിക ശൈത്യത്തിന്റെയും വിരഹത്തിന്റെയും കഴിഞ്ഞകാല പീഡനങ്ങളുടെയും ഓർമ്മകൾ പൊങ്ങിവന്നു. അവർ പാട്ടു നിർത്തി. നൃത്തം ചെയ്യാനൊരുങ്ങിനിന്ന പെൺകുട്ടികൾ പാട്ടിനായി കാത്തുനിന്നു. എല്ലാം നിശ്ചലമാക്കപ്പെട്ട പാണ്ട്യാലയിലെ ഇരുണ്ട രാത്രികളിൽ ഒലിച്ചിറങ്ങി വരാറുള്ള അജ്ഞാത ശീലുകളുടെ അലൗകികത അവരിൽ മഴനൂലുകളായി പെയ്തിറങ്ങി.

വീണ്ടും റാബിയ അനന്തതയുടെയും അഗാധതയുടെയും അറിയാ ജ്ഞാനത്തിന്റെയും തിരുമുറ്റത്ത് തുറന്ന ഹൃദയവുമായി അവന്റെ നേർക്കു കൈകൾ പൊക്കി. അവന്റെ നിശ്വാസം ഇതാ ഇവിടെ. അവന്റെ തരളമനോഹരമായ ദീപ്തി നിറഞ്ഞ ഹൃദയകാന്തി ഏറ്റവും അടുത്ത്. ആ ഇഷ്ടപ്രാണേശ്വരന്റെ കാണാസ്വരൂപം ഹൃദയം നിറച്ച് റാബിയ പാടി. മനോഹരവും അതിലളിതവും പ്രേമനിർഭരവുമായ ഗാനം.

"നിന്നെ ഞാൻ എന്റെ ഹൃദയത്തിന്റെ ചങ്ങാതിയാക്കി.
എന്റെ ശരീരം ആവശ്യക്കാർ എടുത്തുകൊള്ളട്ടെ,
അത് അതിഥികൾക്കുള്ള സമ്മാനം.
പ്രിയതമനായ നീ മറ്റാർക്കും കയറാൻ കഴിയാത്ത
എന്റെ ആത്മാവിൽ നിത്യ അതിഥി.
അവിടെ ആർക്കും പ്രവേശനമില്ല നിനക്കല്ലാതെ."

അരങ്ങു തകർക്കുന്ന പാട്ടുകൾക്കു പകരം അകം നിറയ്ക്കുന്ന സ്നേഹ കവിതകൾ വീണ്ടും വീണ്ടും അതിശക്തമായി പ്രവഹിച്ചുകൊണ്ടിരിക്കുന്നു. സമൂഹത്തിൽ രണ്ടാം തരക്കാരിയായ ഒരു നർത്തകിയിൽ

നിന്ന് ദൈവിക പ്രണയ കവിതകൾ പ്രവഹിച്ചപ്പോൾ ആൾക്കൂട്ടം പ്രശംസിച്ചില്ല. പകരം പുറന്തള്ളി. യജമാനൻ വിവാഹ സദസ്സിന്റെ കളിയാക്കലിൽ അസന്തുഷ്ടനാവുകയും റാബിയയെ വലിച്ചിറക്കി മർദ്ദിക്കുകയും ചെയ്തു. റാബിയ ചിരിച്ചു. ആ ചിരി മറ്റുള്ളവരെ പൊള്ളലേല്പിച്ചു. അവർ പാടി:

“ഞാൻ സാക്ഷ്യപ്പെടുത്തുന്നു.
നീയെന്നെ ജീവിതത്തിലേക്കു തിരിച്ചുകൊണ്ടുവന്ന
അന്നുമുതൽ നമ്മൾ ചങ്ങാതിമാരായി
ഞാൻ പിന്നീടുറങ്ങിയില്ല.
എന്നെ നിന്റെ വാതിൽപ്പടിയിൽനിന്ന് പുറത്തേക്കെറിഞ്ഞാലും,
ഞാൻ പ്രതിജ്ഞ ചെയ്യുന്നു.
നമ്മൾ വേർപിരിയുകയില്ല.
നീ എന്റെ ഹൃദയത്തിൽ അത്രമേൽ സജീവമാണ്.”

യജമാനൻ വീണ്ടും അനുനയത്തിനു ശ്രമിച്ചു. റാബിയ പ്രശസ്തയായ ഗായികയും നർത്തകിയും അയാൾക്കേറ്റവും പണം സമ്പാദിച്ചു കൊടുക്കുന്നവളുമായിരുന്നു. പീഢനങ്ങളുടെ അസഹനീയതയിലും റാബിയ ചിരിച്ചതേയുള്ളൂ. നിരാനന്ദത്തിന്റെ ചിരിയായിരുന്നു അത്. അവർ തന്റെ ഹൃദയത്തിന്റെ ഉടമയുടെ ഊഷ്മളമായ സ്നേഹസംവാദത്തിന്റെ ഉയിരിൽ ഉണർന്നിരുന്നു. മറ്റെല്ലാം നിസ്സാരമായിരുന്നു. രാത്രികാലങ്ങളിൽ തനിച്ചിരുന്നു പ്രാർത്ഥിച്ചു. കാലത്തെഴുന്നേറ്റ് അനന്തത നോക്കി.

അവസാനം ആ യജമാനൻ കഴുത്തിൽ ഒരു തൊങ്ങൽ തൂക്കി റാബിയയെ ബാഗ്ദാദിലെ അടിമച്ചന്തയിലേക്കു കൊണ്ടുപോയി. അതിലവരുടെ പേരും നർത്തകിയാണെന്ന കാര്യവും പ്രത്യേകം എഴുതിയിരുന്നു. അവസാന നിമിഷവും പണം സമ്പാദിക്കുകയായിരുന്നു ലക്ഷ്യം.

അവിടെ ഒരു വിശുദ്ധനായ മനുഷ്യൻ നില്പുണ്ടായിരുന്നു. അയാൾ റാബിയയെ വിലകൊടുത്തു വാങ്ങി വീട്ടിലേക്കു കൊണ്ടുപോയി. അവൾക്കു വസ്ത്രങ്ങളും ഭക്ഷണവും കിടപ്പറയും നല്കി. അയാൾ പറഞ്ഞു; “നീ സ്വസ്ഥമായി പ്രാർത്ഥിക്കുക, സ്വതന്ത്രമായി കവിത ചൊല്ലുക.”

റാബിയ ചിരിച്ചു.

“ദൈവമേ, ഈ ജീവിതത്തിൽ എനിക്കൊരു കാര്യം മാത്രം അനുവദിക്കുവിൻ!

നിന്റെ കല്പനകൾ സ്വീകരിക്കുന്ന അനുസരണയുള്ള ഒരുവളായി ജീവിക്കാൻ അനുവദിക്കൂ.

എന്റെ നേത്രങ്ങൾ നിന്റെ രാജാങ്കണം മാത്രം കാണാനുള്ളതായി ത്തീരട്ടെ!”

റാബിയ ആ നല്ല മനുഷ്യനു നന്ദി പറഞ്ഞു. അയാൾ റാബിയയുടെ നിലയും ജ്ഞാനവും മനസ്സിലാക്കിക്കഴിഞ്ഞിരുന്നു. അയാൾ റാബിയ

യോട് ബഹുമാനപൂർവ്വം പെരുമാറി. എന്തു വേണമെങ്കിലും അപേക്ഷിക്കാൻ മടിക്കരുതെന്നും പറഞ്ഞു. റാബിയ പറഞ്ഞ ഉത്തരം ഇങ്ങനെ:

"താങ്കൾ ചെയ്തുതരുന്നതിനു പകരം തരാൻ എന്റെ കൈവശമൊന്നുമില്ല. അവൻ തരുന്ന പ്രതിഫലം താങ്കൾ സ്വീകരിക്കുക. എനിക്കെല്ലാം അവൻ തന്നിരിക്കുന്നു. അതിലും വലുതായി ആരും ഒന്നും തരാനില്ല."

ആ വിശുദ്ധനായ മനുഷ്യന് അവരോട് ബഹുമാനം തോന്നുകയും സമൂഹത്തിൽ ആദരവ് കിട്ടാൻ വേണമെങ്കിൽ അവരെ വിവാഹം കഴിക്കാമെന്നു പറയുകയും ചെയ്തു. നല്ല പെരുമാറ്റത്തിനും ഉപകാരങ്ങൾക്കും നന്ദി പറഞ്ഞ റാബിയ, താനൊരിക്കലും ആരെയും ഇണയാക്കാൻ ആഗ്രഹിക്കുന്നില്ലെന്നും തന്റെ ജീവിതം അല്ലാഹുവിന്റേതായിത്തീർന്നിരിക്കുകയാണെന്നും മറുപടി പറഞ്ഞു. വേറെ ചില ധനാഢ്യരും റാബിയയോട് വിവാഹാഭ്യർത്ഥന നടത്തിയിരുന്നു. അവരോടെല്ലാം റാബിയ പറഞ്ഞതിങ്ങനെ:

"വിവാഹിതരാവുന്നത് വ്യക്തിത്വം ഉള്ളവരാണ്. ഇവിടെ അങ്ങനെയൊന്ന് ഇല്ലാതായിരിക്കുന്നു. ഞാൻ എനിക്കാരുമല്ല. അവനുവേണ്ടി മാത്രം. അവനിലൂടെ ജീവിക്കുന്നു. അവന്റെ നിയന്ത്രണത്തിലാണ് ഞാൻ. നിങ്ങൾക്കു എന്റെ അവയവങ്ങളോട് വിവാഹാഭ്യർത്ഥന നടത്താം. എന്നോടു സാദ്ധ്യമല്ല."

ഒരു പ്രമാണി ചോദിച്ചു:

"നീ എങ്ങനെ ഇത്തരത്തിലായി റാബിയ?"

"എന്റേതായതെല്ലാം നശിപ്പിച്ചു. അപ്പോൾ അവൻ പ്രത്യക്ഷനായി. രഹസ്യം ഇല്ലാതായി."

"നീ എങ്ങനെയാണ് അല്ലാഹുവിനെ കണ്ടെത്തിയത്?"

"നിങ്ങളൊക്കെ 'എങ്ങനെ' എന്ന് ചോദിക്കുന്നു. ഞാൻ ആ ചോദ്യത്തെ നശിപ്പിച്ചു. അപ്പോൾ അവൻ പ്രത്യക്ഷനായി."

റാബിയ കണ്ണുകളടച്ചിരുന്നപ്പോൾ പ്രമാണിമാർ തിരികെപ്പോയി.

പതുക്കെപ്പതുക്കെ വിവാഹാഭ്യർത്ഥനയുമായി വരുന്നവർ കുറഞ്ഞു. ദൈവത്തെ മണവാളനാക്കിയ റാബിയയെ മിക്കവരും ഭ്രാന്തിയെന്നു വിളിച്ചു. ചിലർ മാത്രം അവർക്കരികിലിരുന്നു. അരികിലിരുന്നവർ അർത്ഥമറിഞ്ഞു. അർത്ഥമറിഞ്ഞവർ വെളിച്ചം കണ്ടു. വെളിച്ചം ഗൂഢഅറകളിൽ ചിരാതുകൾ കത്തിച്ചു. അവ അവരുടെ ഹൃദയങ്ങൾക്ക് പുതിയ ഉണർവ്വും ശക്തിയും നല്കി. റാബിയയെ അവർ പിരിഞ്ഞില്ല. അവർ ചൊല്ലുന്ന കവിതകളൊക്കെ അവർ ബോധത്തിലിട്ടു. അവ മധുരതരവും ഉത്കൃഷ്ടവുമായ ധ്വനികളായിത്തീർന്നു. നൂറുകണക്കിന് വർഷങ്ങളുടെ അട്ടികൾ വീണിട്ടും ഇന്നുമവ ഉൽകൃഷ്ടങ്ങളായിത്തന്നെ നിലനില്ക്കുന്നു. "ആരൊക്കെ അവനെ പ്രേമപൂർവ്വം അനുസരിക്കുന്നുവോ അവരൊക്കെ അവന്റെ ദൃഢമിത്രങ്ങളായി മാറുന്നു." അടുത്തിരുന്നവരോടൊക്കെ റാബിയ പറഞ്ഞുകൊണ്ടേ ഇരുന്നു: "അവനുമായി

അടുക്കുക. എത്രത്തോളമെന്നാൽ പിരിയാൻ പറ്റാത്തവണ്ണം."

തനിച്ചിരിക്കുമ്പോഴും, പ്രാർത്ഥനയിലായിരിക്കുമ്പോഴും, അവനുമായുള്ള ഒത്തുചേരലിന്റെ അനുഭൂതി അവർ നുകർന്നുകൊണ്ടേ ഇരുന്നു. അതവർ പ്രകടിപ്പിക്കുകയും ചെയ്തു. "ഞാൻ ശാന്തി കണ്ടെത്തുന്നത് എന്റെ ഏകാന്തതയിലാണ്. പ്രിയതമനില്ലാതെ ഒരിടവുമില്ലാത്തതിനാൽ ഏകാന്തതയിലും അവനുണ്ട് കൂടെ. എപ്പോഴൊക്കെ ആ സൗന്ദര്യം ഒരു മഹാസാന്നിദ്ധ്യമായി മുന്നിലെത്തുന്നുവോ അപ്പോഴൊക്കെ എന്റെ പ്രാർത്ഥന ഉൾവിളികളായിത്തീരുന്നു. അവനാണ് എന്റെ ഖിബ്‌ല.[12] നിർമ്മിക്കപ്പെട്ട മറ്റെല്ലാത്തിൽനിന്നും ഞാൻ മാറിനില്ക്കുകയാണ്. എന്റെ ലക്ഷ്യം അവനുമായുള്ള ഒത്തുചേരൽ മാത്രം. അത് പൂർത്തിയാകുമ്പോൾ എന്റെ അന്വേഷണവും ജീവിതവും അവസാനിക്കുന്നു."

റാബിയയെ തേടി പല സത്യാന്വേഷികളും വന്നു. ഒരിക്കൽ ജീവിതം വഴിമുട്ടുകയും വിശന്ന് അലയുകയും, പിന്നീട് അടിമക്കച്ചവടക്കാരുടെ കൈകളിലൂടെ വില്പനച്ചരക്കായും നർത്തകിയായും ജീവിതം നീക്കിയ റാബിയ സത്യത്തിന്റെ പൊരുളറിഞ്ഞവളാണെന്ന വാർത്ത പതുക്കെപ്പതുക്കെ ലോകം അറിഞ്ഞുതുടങ്ങി. റാബിയയെക്കുറിച്ച് പ്രസിദ്ധ പേർഷ്യൻ കവി ഫരീദുദ്ദീൻ അത്താർ പിന്നീട് പറഞ്ഞത് ഇങ്ങനെ:

"എപ്പോൾ ഒരു സ്ത്രീ ദൈവപാതയിൽ ധൈര്യപൂർവ്വം ഒരാണിനെപോലെ നടന്നു ചെല്ലുന്നുവോ, അപ്പോൾ അവരെ സ്ത്രീയെന്നു വിളിക്കാനാവില്ല. റാബിയ ദിവ്യമായ ഏകാന്തതയുടെ രുചി അറിഞ്ഞിരിക്കുന്നു. അതുവരെ ആത്മാർത്ഥതയുടെയും സത്യസന്ധതയുടെയും മുഖങ്ങളിലിട്ടിരുന്ന വ്യാജ പർദ്ദ അവർ വലിച്ചെറിഞ്ഞിരിക്കുന്നു. അങ്ങനെ പ്രേമാഗ്നി ജ്വലിക്കുന്നതു നമുക്ക് കാണാനായി. അവർ ദൈവപ്രേമത്തിൽ കൂടിക്കലർന്നു. നമുക്കവരെ കറപുരളാത്ത രണ്ടാം മേരി എന്നു വിളിക്കാം."

ആളുകൾ അധികമാവുകയും സ്വകാര്യത നഷ്ടമാവുകയും ചെയ്തപ്പോൾ അവർ ആരുമറിയാതെ ബാഗ്ദാദിൽനിന്നും ബസറയിലേക്കു തിരിച്ചെത്തി. അവരുടെ ഓരോ നിമിഷവും ഓരോ മിടിപ്പും ഓരോ ശ്വാസവും അവനുവേണ്ടി മാത്രമെന്ന് അവർ പറഞ്ഞുകൊണ്ടേ ഇരുന്നു. ഒരൊറ്റ ആശ്രയം. ഒരേ ഒരുന്നം. ഹൃദയം അവന്റെ അപാരതയിലെ അനശ്വര പ്രേമത്തിലേക്കു മാത്രം തിരിച്ചുപിടിക്കുക. അവൻ തുടക്കം, മദ്ധ്യം, അകലം, അടുപ്പം.... എന്തും ഏതും എങ്ങനെയും അവൻ. അതിന്റെ നിർവൃതിയിൽ അവർ പാടി:

"അവന്റെ കൈത്തലം പിടിക്കുമ്പോൾ
എല്ലാ ബാഹ്യമോടികളും ഞാൻ കൈവിടുന്നു.
അവന്റെ സ്നേഹം ലഭിച്ചു എന്ന പൂർണ്ണ ബോധമാണ്
എന്റെ ലക്ഷ്യവും അന്വേഷണാവസാനവും"

ബസറയിലെ ഒരു പഴയ പുരയിൽ അവർ തനിയെ കഴിഞ്ഞു. അവിടെയും അന്വേഷകർ ചെന്നു. വർഷങ്ങൾക്കുമുമ്പ് തങ്ങളുടെ ഗ്രാമം വിട്ട

ഒരു കുടുംബത്തിലെ നാലാമത്തെ പെൺകുട്ടിയെ ഓർമ്മയുള്ള പലരും റാബിയയെ കാണാനെത്തി. പുതിയ റാബിയയെ അവരെല്ലാം വിസ്മയത്തോടെ നോക്കി. റാബിയയിൽ സ്ഫുരിച്ചു നില്ക്കുന്ന ശാന്തിയുടെയും ആനന്ദത്തിന്റെയും സ്നേഹത്തിന്റെയും അർത്ഥം അവരിൽ പലർക്കും മനസ്സിലായില്ലെങ്കിലും, അത്തരമൊരു സ്ത്രീയെ അവരാരും ഒരിക്കലും കാണുകയുണ്ടായില്ലെന്ന സത്യം അവരറിഞ്ഞു. റാബിയ പറഞ്ഞു

"എന്റെ ഏകാന്തതയിലാണ് ഞാൻ ശാന്തയാവുന്നത്.
എന്റെ പ്രിയതമൻ എപ്പോഴും എന്റെ കൂടെയുണ്ട്
അവന്റെ സ്നേഹവുമായി താരതമ്യം ചെയ്യാൻ
ലോകത്ത് മറ്റൊന്നും ഞാൻ കണ്ടിട്ടില്ല.
അവന്റെ സ്നേഹം, എന്റെ മരുഭൂതമായ മനസ്സിനെ
ശാദ്വലമാക്കിയിരിക്കുന്നു.
ഞാനവനുവേണ്ടിമാത്രം.
എന്നിട്ടും അവൻ തൃപ്തനല്ലെങ്കിൽ
ഞാൻ നിത്യമായ നൈരാശ്യത്തിൽ ജീവിച്ചുകൊള്ളാം."

റാബിയ ഒരിക്കൽപ്പോലും പ്രിയതമനുമായി പിണങ്ങുന്ന കാഴ്ച അവരുടെ കവിതകളിലൂടെയും ആത്മാലാപനങ്ങളിലൂടെയും കടന്നുപോകുമ്പോൾ കാണാനാവില്ല. പിടിവിടാത്തവിധം മുറുകെപ്പിടിച്ച്, എല്ലാം അവനിൽ അർപ്പിച്ച്, റാബിയ എന്ന വ്യക്തിയെ ഉന്മൂലനം ചെയ്യാനാണ് അവർ ശ്രമിച്ചത്. എല്ലാ പീഡനാനുഭവങ്ങളും അവന്റെ മുന്നിലിട്ട് തൃപ്തയായിക്കഴിയുക അവരുടെ ശീലമായിരുന്നു. മറ്റാരും കാണിക്കാത്ത ഈ ധൈര്യമാണ് റാബിയയെ കളങ്കരഹിതയായ രണ്ടാം മേരിയാക്കിയത്.

"എന്റെ പീഡനാനുഭവങ്ങളും ഏകാന്തതയും
ഹൃദയത്തിന്റെ അഗാധതയിൽ ഒരു രോഗമായിക്കിടപ്പുണ്ട്.
ഒരു വൈദ്യനും ചികിത്സിക്കാനാവില്ല.
ആത്മമിത്രത്തിന്റെ കൂടിച്ചേരലിൽ മാത്രമേ
ഈ രോഗം എന്നന്നേക്കുമായി മാറുകയുള്ളൂ."

ഇടയ്ക്കിടെ തിക്താനുഭവങ്ങളുടെ നുരകൾ അവരെ അലോസരപ്പെടുത്തുന്നത് അനുഭവമാകുന്നുണ്ട്. അവയൊക്കെ കഴുകിക്കളഞ്ഞ് ശുഭ്രയാവുന്നത് അമിതമായ പ്രേമാർപ്പണത്തിലൂടെയാണ്.

"രണ്ടു വഴികളിലൂടെ നിന്നെ ഞാൻ സ്നേഹിക്കുന്നു.
ഒന്നാമത്തേത്, സ്വാർത്ഥമായ വഴി.
അവിടെ നിന്നെ മാത്രമേ ഞാൻ സ്നേഹിക്കുന്നുള്ളൂ.
നിന്നെ മാത്രം, വളരെ സ്വാർത്ഥമായി.
രണ്ടാമത്തേത്, നിനക്കുമെനിക്കുമിടയിലെ

പർദ്ദ നീങ്ങുകയും എന്റെ കണ്ണുകൾ
നിന്റെ ജീവനുള്ള മുഖം ദർശിക്കുകയും
നേത്രങ്ങൾക്ക് ഉത്സവമായിത്തീരുകയും ചെയ്യുന്ന അവസ്ഥ.
ആ അവസ്ഥ നിസ്വാർത്ഥമായത്.

കാലം മരുഭൂമിയിലൂടെ ചൂടുകാറ്റിനൊപ്പം കടന്നുപോയി. വർഷങ്ങളുടെ വിടചോദിക്കലുകൾ റാബിയ സമ്മാനിച്ച മിസ്റ്റിക്കൽ അനുഭവങ്ങൾക്കു ഒരു മങ്ങലും ഏല്പിച്ചില്ല. അവ പ്രശോഭിതമായിക്കൊണ്ടേ ഇരുന്നു. മിസ്റ്റിസിസം മരണമില്ലാത്ത നിത്യാവസ്ഥയുടെ ജ്യോതിസ്സാണെന്നു പറയാറുള്ളത് ഈ കെടാവിളക്കുകൾ എപ്പോഴും നമ്മെ ധൈര്യപ്പെടുത്തിക്കൊണ്ടിരിക്കുന്നത് കൊണ്ടാണ്. ഒരിക്കൽ റാബിയയോട് ചോദിച്ചു:

"റാബിയ എങ്ങനെയാണ് എല്ലാം കരസ്ഥമാക്കിയത്?"
അവർ പറഞ്ഞു
ഞാൻ പ്രാർത്ഥിച്ചുകൊണ്ടേ ഇരുന്നു.
'ഞാൻ നിന്നിൽ അഭയം തേടുന്നു, ദൈവമേ,
നിന്നെ അകറ്റിനിർത്തിയേക്കാവുന്ന
എല്ലാ സംഭ്രാന്തമായ ചിന്തകളിൽ നിന്നും,
നിന്നിലേക്കെത്താൻ എതിരായി നില്ക്കുന്ന
എല്ലാം വിഘ്നങ്ങളിൽനിന്നും
എന്നെ മാറ്റി നിർത്തുക.' അതവൻ സ്വീകരിച്ചു."

പ്രാണേശ്വരിയും പ്രിയതമനും ഒന്നായിത്തീർന്ന് സംവാദം തുടങ്ങുമ്പോൾ സംശയവും ഭയവും വഴിമാറുന്നു. ഭയത്തെ സൃഷ്ടിക്കുന്ന നരകവും വ്യാമോഹിപ്പിക്കുന്ന സ്വർഗ്ഗവും അവർക്കിടയിൽനിന്ന് മാഞ്ഞുപോവുകയും ചെയ്യുന്നു. "എനിക്കുമവനുമിടയിൽ മറ്റൊന്നുമില്ലെന്നു അറിയുന്നവർക്കു മോഹവും ഭയവും ഇല്ലാതാവുന്നു. അപ്പോഴവർ ജന്മവിശ്വാസങ്ങൾ തീർത്ത വരമ്പുകൾ മറികടക്കുന്നു. ദൈവികമായ ഒത്തുചേരലുകൾ സംഭവിക്കുമ്പോൾ സത്യത്തിന്റെ കവാടം തുറക്കപ്പെടുന്നു. അവിടെ പ്രേമവുമായി നില്ക്കുന്ന റാബിയയെപ്പോലുള്ളവർ ആസ്വദിക്കുന്ന അവസ്ഥ എഴുതിവെച്ച എല്ലാ അവസ്ഥകൾക്കും അപ്പുറത്താണ്.

ഒരിക്കൽ റാബിയ ഒരു കൈയിൽ തീപ്പന്തവും മറുകൈയിൽ ഒരു കുടം വെള്ളവുമായി തെരുവിലൂടെ നടന്നുപോവുകയായിരുന്നു. എവിടേക്കാണ് ഇത്ര ധൃതിയിൽ പോകുന്നതെന്നു ഒരാൾ ചേദിച്ചപ്പോൾ അവർ പറഞ്ഞു:

"സ്വർഗ്ഗത്തിനു തീകൊളുത്താനാണീ പന്തം. നരകത്തിനകത്തെ തീ വെള്ളമൊഴിച്ച് കെടുത്താനാണ് വെള്ളം. ഇതു രണ്ടുമാണ് ദൈവത്തെ കാണാനുള്ള അവസരത്തിൽനിന്നും ഒരാളെ മാറ്റിനിർത്തുന്നത്."

ഭയമില്ലാതെ, പ്രേമത്തോടെ റാബിയ അവനെ ദർശിക്കുകയും എത്രത്തോളം സ്നേഹിക്കാൻ കഴിയുമോ അത്രത്തോളം സ്നേഹിക്കുകയും

അനുഭവിക്കുകയും ചെയ്തു. അവ കവിതാമയമായി പ്രകടിപ്പിച്ചു. ഉള്ളിൽ ഉതിർന്നുവന്ന വികാരങ്ങളെ അവർ മറച്ചുവെച്ചില്ല.

"മഹാ പ്രഭോ, നിന്നെ ഞാൻ ആരാധിക്കുന്നത്
നരകത്തോടുള്ള ഭയം കൊണ്ടാണെങ്കിൽ
എന്നെ നീ നരകത്തിലിട്ടു വേവിക്കുക.
നിന്നെ ഞാൻ ആരാധിക്കുന്നത്
സ്വർഗ്ഗം കിട്ടാനുള്ള അഭിലാഷം കൊണ്ടാണെങ്കിൽ
സ്വർഗ്ഗവാതിൽ എനിക്കെതിരെ അടച്ചിടുക.
നിന്നെ ഞാനാരാധിക്കുന്നത്
നിന്നെ ലഭിക്കാൻ മാത്രമാണെന്ന് നീ അറിയുന്നുവെങ്കിൽ
നിന്റെ നിത്യമായ മുഖം ദർശിക്കാനുള്ള അവസരം നിഷേധിക്കാതിരിക്കുക."

മിസ്റ്റിക് വനിതകളുടെ നിരയിൽ ഏറ്റവും കൂടുതൽ പീഡിപ്പിക്കപ്പെട്ടവരുടെയും തെറ്റിദ്ധരിക്കപ്പെട്ടവരുടെയും കൂട്ടത്തിലാണ് റാബിയയുടെ സ്ഥാനം. പറയപ്പെട്ട സ്വർഗ്ഗത്തേക്കാളേറെ അവർ ഇഷ്ടപ്പെട്ടിരുന്നത് ഗുപ്തമായിക്കാണാറുള്ള അവസ്ഥകളെയായിരുന്നു. ഇത് സ്വർഗ്ഗാവസ്ഥയ്ക്കപ്പുറത്തെ കാഴ്ചയായി അവരിൽ അമർന്നു കിടന്നു. ഹൃദയത്തിനകത്തേക്കു വന്നിറങ്ങുന്ന ഇത്തരം അവസ്ഥകളെ അവർ ജീവിതസത്യങ്ങളാക്കി.

അവർ കണ്ട ഒരു സ്വപ്നം ഇങ്ങനെ:

'എനിക്കു മനസ്സിലാക്കാൻ കഴിയുന്നതിനേക്കാൾ അതിമനോഹരമായ പൂന്തോട്ടത്തിലായിരുന്നു ഞാൻ അപ്പോൾ. അവിടെയൊരു പെൺകുട്ടി ഉണ്ടായിരുന്നു. അവളോട് ഞാൻ പറഞ്ഞു:

"എത്ര മനോഹരമായിരിക്കുന്നു ഈ സ്ഥലം."

പെൺകുട്ടി ചോദിച്ചു:

"താങ്കൾക്കു ഇതിനേക്കാളും മനോഹരമായ സ്ഥലം കാണണമോ?"

ഞാൻ പറഞ്ഞു:

"കാണണം."

ആ കുട്ടി എന്റെ കൈ പിടിച്ചു നടന്നു. ഞങ്ങൾ അത്ഭുതകരമായ ഒരു കൊട്ടാരത്തിലെത്തി. മനുഷ്യനേത്രങ്ങൾക്കു കാണാൻ സാധിക്കുന്നതിലപ്പുറത്തായിരുന്നു ആ കൊട്ടാരം. പെൺകുട്ടി വാതിലിൽ മുട്ടിയപ്പോൾ ആരോ വാതിൽ തുറന്നു. ഞങ്ങൾ അപാരമായ വെളിച്ചത്തിന്റെ അമിതപ്രഭയിൽ മുങ്ങിക്കുളിച്ചു. ഞങ്ങളവിടെ കന്യകമാരായ ജീവനുള്ള കുട്ടികളെ കണ്ടു. അവരുടെ കൈയിലെ തളികകളിൽ കത്തിച്ച ദീപമുണ്ടായിരുന്നു. പെൺകുട്ടി കന്യകമാരോട് അവരെവിടെയാണ് പോകുന്നതെന്ന് ചോദിച്ചു. അതിനുത്തരമായി അവർ പറഞ്ഞു:

"കടലിൽ മുങ്ങിമരിച്ച ഒരാളെ തിരയുകയാണ്. അവൾ രക്തസാക്ഷിയാണ്. അവൾ ഒരിക്കലും ഉറങ്ങുകയുണ്ടായില്ല. ഞങ്ങൾ അവളുടെ മൃതശരീരത്തിൽ സുഗന്ധം പുരട്ടാൻ പോവുകയാണ്."

പെൺകുട്ടി പറഞ്ഞു.:

"കുറച്ചു സുഗന്ധം എന്റെ ഈ സ്നേഹിതയ്ക്കും പുരട്ടിക്കൊടുക്കാമോ?"

അവർ അതിനുത്തരമായി പറഞ്ഞു:

"പണ്ടൊരിക്കൽ ഈ സുഗന്ധദ്രവ്യത്തിന്റെ മണം അവളുടെ ദേഹത്ത് ആശ്ലേഷണം നടത്തിയപ്പോൾ അവൾ മാഞ്ഞുപോവുകയാണുണ്ടായത്."

അതു കേട്ടതും പെൺകുട്ടി എന്റെ കൈവിട്ടു. തിരിഞ്ഞുനിന്ന് പറഞ്ഞു:

"നിന്റെ പ്രാർത്ഥനകളാണ് നിന്റെ വെളിച്ചം.
നിന്റെ ഭക്തിയാണ് നിന്റെ ശക്തി.
ഉറക്കം ഇതിനു രണ്ടിനുമെതിരാണ്.
നിന്റെ ജീവിതം തന്നെയാണ്
നിനക്കു കിട്ടിയ ഏറ്റവും വലിയ അവസരം.
ഈ ജീവിതത്തെ അവഗണിച്ചാൽ
നീ ഒരു മൺതരിപോലെ ആയിപ്പോകും."

അതും പറഞ്ഞ് ആ പെൺകുട്ടിയും അപ്രത്യക്ഷയായി.

വ്യത്യസ്തവും ഗൂഢാത്മകവുമായ ഈ സ്വപ്നവും മറ്റു ദർശനങ്ങളും റാബിയ നമുക്കുമുന്നിൽ അവതരിപ്പിക്കുമ്പോൾ, നമ്മുടെ ഹൃദയങ്ങളിൽ വന്നിറങ്ങുന്ന അവരുടെ അനുഭവങ്ങളുടെ മിസ്റ്റിക്ക് വ്യഥ നമ്മെ കൊണ്ടെത്തിക്കുന്നത് ബോധഉണർവ്വിലേക്കാണ്. സുഗന്ധദ്രവ്യം, മരണം, പ്രാർത്ഥനകളിലെ വെളിച്ചം, ഭക്തിയും ശക്തിയും, ഉറക്കം ഇവയെല്ലാം റാബിയയുടെ അനുഭവങ്ങളിലെ ചില ആത്മീയ നിമിത്തങ്ങളാണ്. "നിന്റെ ദർശനം കിട്ടിയതുമുതൽ ഞാൻ ഉറങ്ങുകയുണ്ടായില്ല" എന്ന കവിതയും റാബിയയുടേതാണ്. കൈപിടിച്ചു നടന്ന പെൺകുട്ടി മാലാഖയാവാം. റാബിയ സ്വപ്നത്തിൽ കാണുന്ന പൂന്തോട്ടവും കൊട്ടാരവും സ്വർഗ്ഗത്തിലെ വാഗ്ദത്ത പൂന്തോട്ടത്തേക്കാളും മനോഹരമാണെന്ന് അവർക്കൊപ്പം നാമും അറിയുന്നു.

"ഹൃദയവും ഹൃദയവും സ്നേഹത്തിലാവുമ്പോൾ ഒന്നേയുള്ളൂ സ്ഥായിയായി; സ്നേഹം മാത്രം" എന്നവർ പറയുന്നു. സ്നേഹത്തെപ്പറ്റി പറയുമ്പോഴൊക്കെ റാബിയ താഴ്ന്നുനിന്ന് ബഹുമാനപുരസ്സരം ആ വാക്കിനെ ദൈവികമാക്കുന്നുമുണ്ട്. റാബിയ ദൈവത്തെ തന്റെ രീതിക്കനുസരിച്ച് ക്രമപ്പെടുത്തുകയും തന്റേതായതെല്ലാം പ്രേമസ്വരൂപനു അർപ്പിക്കുകയും ചെയ്യുന്നു.

"അഭിലാഷം കാരണമാണ് സംസാരം ഉണ്ടായത്.
രുചിക്കുന്നവനാണ് രുചി അറിയുന്നത്.
രുചിയെപ്പറ്റി പറയുകമാത്രം ചെയ്യുന്നവൻ രുചി അറിയുന്നില്ല!
അയാൾ കളവാണ് പറയുന്നത്."

മറ്റൊരാളുടെ അനുഭവം അയാളുടേതു മാത്രമാണ്. സഹിഷ്ണുതാ

പൂർവ്വമായ മനസ്സുമായി ഒരാൾ സ്വയം അറിവിലേക്ക് ചെന്നെത്തുമ്പോൾ അതിശയകരമാംവണ്ണം അയാൾക്ക് ജ്ഞാനം ലഭ്യമാകുന്നു. റാബിയ തന്റെ സ്വാനുഭവത്തിന്റെ ഉണ്മയ്ക്കകത്തെത്തി ഉണ്ടായിരുന്നതിനെ തിരസ്കരിച്ചു. മറ്റെല്ലാരും ദൈവത്തോടു കാര്യസാദ്ധ്യതകൾക്കായി പ്രാർത്ഥിക്കുമ്പോൾ കിട്ടാനുള്ളതും വേണ്ടെന്നു വെച്ചു റാബിയ. അവർ ഒന്നേ അർത്ഥിച്ചുള്ളൂ. അവനുമായുള്ള ലയനം.

"പ്രഭോ,
എന്തൊക്കെ ലൗകിക സുഖങ്ങളാണോ
നീ എനിക്കായി തരാനുദ്ദേശിക്കുന്നത്,
അവയെല്ലാം എന്റെ ശത്രുക്കൾക്കു നല്കുക.
വരാനിരിക്കുന്ന സ്വർഗ്ഗത്തിൽ
നീ എനിക്കെന്തെല്ലാം കരുതിവെച്ചിരിക്കുന്നു,
അവയെല്ലാം എന്റെ സ്നേഹിതന്മാർക്കും നല്കുക.
എനിക്കു നീ മാത്രം മതി. ഞാൻ പൂർണ്ണ സംതൃപ്ത."

ഇതിലപ്പുറം ഒരു ഭക്ത, പ്രേമി എങ്ങനെയാണ് തന്നെത്തന്നെ ഒന്നിൽ അർപ്പിച്ച് താനും അവനും തമ്മിലുള്ള ലയനത്തെ വിശദമാക്കുക? മറ്റു മിസ്റ്റിക്കുകളിൽ കാണാനാവുന്ന ലാളിത്യവും നിസ്വാർത്ഥതയും കരുണയും റാബിയയിൽ എത്തുമ്പോൾ പൂർണ്ണതയിലെത്തുന്നത്, അവരുടെ നിർലോഭമായ പ്രേമത്തിന്റെ ഒഴുക്കുകൊണ്ടു മാത്രമാണ്. മൂന്നു തരത്തിലുള്ള ആളുകളെപ്പറ്റി അവർ പറയുന്നുണ്ട്.

ഒന്നാമത്തേത്, തന്റെയും മക്കളുടെയും ലൗകികമായ അവസ്ഥകൾ നിലനില്ക്കണമെന്നു കരുതി ധനത്തിൽ മാത്രം ആകൃഷ്ടരായി ജീവിക്കുന്നവർ.

രണ്ടാമത്തേത്, മരണാനന്തരം ലഭിക്കാനിരിക്കുന്നവയ്ക്കുവേണ്ടി കർമ്മം ചെയ്യുന്ന സ്വാർത്ഥന്മാർ.

മൂന്നാമത്തേത്, തങ്ങളുടെ കണങ്കയ്യ് കെട്ടിയിടപ്പെട്ടാലും ഒന്നും തിരിച്ചുകിട്ടുമെന്ന് പ്രതീക്ഷിക്കാതെ സ്നേഹപൂർവ്വം മനുഷ്യർക്കുവേണ്ടി പ്രവർത്തിക്കുന്നവർ.

മൂന്നാമത്തെ വിഭാഗത്തെ റാബിയ തന്റെ അടുത്തവരായി കരുതി. മനുഷ്യനു ഭൗതികമായും ആദ്ധ്യാത്മികമായും സേവനം നടത്തുന്നവരെ റാബിയ പ്രകീർത്തിച്ചു.

റാബിയയെ സ്വീകരിക്കുകയും അവരുടെ ജീവിതയാത്രയിൽ പങ്കാളികളാവുകയും ചെയ്തവർ അസ്തമയം കണ്ടില്ല. അവരെപ്പോഴും റാബിയയെപ്പോലെ പ്രഭാതരശ്മിയുടെ പതപ്പിൽ ഉണർന്നിരുന്നു. ഉച്ചകളെ ഭയന്നില്ല. സായന്തനങ്ങളുടെ നേർമ്മയും അഴകും അഭിവൃദ്ധിയും അവർക്കു താങ്ങായിത്തീർന്നു. അത്തരം ജീവിതങ്ങളിലാണ് സ്നേഹത്തിന്റെ രഹസ്യം കറപുരളാതെ നിലനില്ക്കുന്നത്. സ്നേഹം അതിഗൂഢമായ രഹസ്യം സൂക്ഷിക്കുന്നുണ്ട് എന്ന് സ്നേഹത്തെ അലങ്കാരമായി മാത്രം കാണുന്നവർ അറിയുന്നില്ല. ചന്തമുള്ളതും അവഗാഹ

മായതും അമൂല്യങ്ങളായ രത്നങ്ങൾ പതിച്ചതുമാണ് സ്നേഹത്തിന്റെ ഉള്ളറകൾ എന്ന് അകത്തളത്തിലെത്തുമ്പോഴേ ആരും അറിയുന്നുള്ളൂ. സ്നേഹരഹസ്യം വെളിപ്പെടുത്തിയ റാബിയയ്ക്ക് ബാഹ്യജീവിതത്തിൽ ലഭിച്ചതാവട്ടെ ദുഃഖവും പീഡനവും മാത്രവും.

അവരുടെ പിന്നാലെ അങ്ങനെ നിരവധിപ്പേർ. അവരുടെയൊക്കെ ജീവിതയാത്രകളിൽ നിന്നും ഉയർന്ന ആത്മനിർവൃതികളുടെ പ്രാർത്ഥനകൾ മനുഷ്യരാശിക്ക് തണൽ നല്കി. മിസ്റ്റിക്കുകൾ തല സ്വർഗ്ഗത്തിലും ശേഷഭാഗങ്ങൾ ഭൂമിയിലുമായി ജീവിക്കുന്നവരായതിനാൽ ശാന്തത അവരുടെ കൂടപ്പിറപ്പായിമാറി. അനാവശ്യചിന്തകളുടെ ചിലന്തിവലകൾ ഇല്ലാതായി. അപരാഹ്നസങ്കടങ്ങളോ, അർദ്ധരാത്രിയിലെ ഞെട്ടലോ ഇല്ല. വളഞ്ഞ വരകളോ കള്ളികളോ നിയമങ്ങളോ നിർമ്മാണങ്ങളോ ഇല്ല. ഉള്ളത്, ഉള്ളത്തിന്റെ മാധുര്യവും ഉള്ളറിവും. സ്വന്തമായ ഒരിടമില്ല. അതിനാൽ തീർത്ഥാടനം ഇവർക്കു പ്രിയം.

റാബിയ തീർത്ഥാടനം നടത്തിയ കഥ ഇങ്ങനെ:

"മക്കയിലേക്കു ഒരു സാർത്ഥവാഹകസംഘത്തോടൊപ്പം അവർ യാത്രയായി. ഭാരം താങ്ങാനായി ഒരു കഴുതയും ഉണ്ടായിരുന്നു. മരുഭൂമിയുടെ മദ്ധ്യത്തിൽവെച്ച് കഴുത ചത്തു. റാബിയ അതിന്റെ പുറത്തുണ്ടായിരുന്ന ഭാണ്ഡം സ്വയം ചുമന്നു. കൂടെ ഉണ്ടായിരുന്നവർ ഭാണ്ഡം എടുക്കാമെന്നു പറഞ്ഞപ്പോൾ അവർ പറഞ്ഞു:

"നിങ്ങൾ യാത്ര തുടരുക, എന്റെ ഭാണ്ഡം ഞാൻ തന്നെ പേറണം. അതാണവന്റെ കല്പന. ഞാനവനെയാണ് വിശ്വസിക്കുന്നത്. അവനാണെന്റെ കൂടെയുള്ളത്. നിങ്ങൾക്കാർക്കുമെന്നെ സഹായിക്കാനാവില്ല."

മറ്റുള്ളവർ നടന്നുനീങ്ങി. റാബിയ മരുഭൂമിയിലെ നിറവിൽ കൈകളുയർത്തി പ്രാർത്ഥിച്ചു. പതുക്കെ ചെവിയിൽ എന്നപോലെ ശബ്ദിച്ചു:

"പ്രിയപ്പെട്ട രാജാ, അബലയായ നിന്റെ പ്രേമിയോട് നീ ഇങ്ങനെ പെരുമാറുകയോ? നിന്റെ ഗൃഹമെന്നു അരുളിയ കഅ്ബയിലേക്കാണു ഞാൻ വരുന്നത്. എന്റെ തുണയായി വന്ന കഴുത ചത്തു. ഞാനിപ്പോൾ ഈ വിശാലമായ മരുഭൂമിയിൽ തനിയെ. നീ അതു അറിയുന്നില്ലേ?"

പറഞ്ഞവസാനിക്കും മുമ്പേ കഴുത ചലിച്ചു. അത് എഴുന്നേറ്റുനിന്നു. ഭാണ്ഡം അതിന്റെ പുറത്തു വെച്ചു. യാത്രയ്ക്കിടയിൽ സ്വപ്നദർശനം ഉണ്ടാവുകയും കഅ്ബയിലെത്താതെ റാബിയ തിരിച്ചു പോവുകയും ചെയ്തു. ഗൂഢജ്ഞാനികളിൽ പലപ്പോഴും കാണാൻ കഴിയുന്ന ലൗകികസുഖങ്ങളോടുള്ള മടുപ്പും, പീഡനങ്ങളും സഹനങ്ങളും റാബിയയിലും കാണാനാവുന്നുണ്ട്. അവർ സ്നേഹിക്കുന്ന അത്ര അവരെ "അവൻ" സ്നേഹിക്കുന്നില്ല എന്ന ശങ്ക സാധാരണക്കാരന് തോന്നാൻ സാദ്ധ്യതയുമുണ്ട്. റാബിയയുടെ അവസ്ഥ അനുഭവിച്ചവർ ആദ്ധ്യാത്മിക രംഗത്ത് വളരെ വിരളമാണ്. അവരുടെ ജീവിതം മറ്റുള്ളവർക്ക് ഉദാഹരിക്കാനോ പിൻപറ്റാനോ ഉണ്ടായതല്ല. മറിച്ച്, ഉണ്മയുടെ എല്ലാ വശങ്ങളും കാണിക്കാനായി ഉണ്ടായതാണ്. അതിന്റെ തീവ്രത അനുഭവിച്ചവർക്കു മാത്രമേ

വശ്യമായ ദൈവാനുഗ്രഹത്തിന്റെ പടിക്കിപ്പുറത്തെ തണലിലെങ്കിലും കാലെടുത്തുവയ്ക്കാനാവൂ. സഹനം എന്നത് വാക്കിലൊതുക്കി മാറ്റിനിർത്താനുള്ളതല്ല. അനുഭവങ്ങളുടെ നിത്യതയിലെത്തിയ ഒരാൾക്കു സഹനം കണ്ണുനീരല്ല. അനുഭവങ്ങളുടെ ജീവിതകാലവും സത്യവുമാണ്. സത്യം നാവില്ലാതെ സംസാരിക്കുന്നു. ചെവിയില്ലാതെ കേൾക്കുന്നു. മൂക്കില്ലാതെ മണക്കുന്നു. നാവും ഭാഷയുമില്ലാതെ സംവാദം നടത്തുകയും ചെയ്യുന്നു. ഉള്ളത്തിനകത്തെ പ്രശാന്തതയിലാണ് അതുള്ളത്. ഇതറിഞ്ഞാലേ സഹനത്തിന്റെ അർത്ഥവും ആന്തരാർത്ഥവും അറിയാനാവൂ. അങ്ങനെ ഉണ്ടാവുന്ന അർത്ഥമറിയലിനെയാണ് ജ്ഞാനം എന്നു വിളിക്കുന്നത്. അക്ഷരമറിയാഞ്ഞിട്ടും റാബിയ വാക്കുകൾക്ക് മഹത്തായ അർത്ഥം നല്കി. കവിതയെന്തെന്നറിയാത്ത അവർ അതിമനോഹരങ്ങളായ കവിതകൾ രചിച്ചു. ദയാപൂർവ്വം അവരെപ്പോഴും അപേക്ഷിച്ചു. കാത്തിരുന്നു. എല്ലാ പീഡനങ്ങളും വേദനകളും പ്രിയപ്പെട്ടവന്റെ സ്നേഹോർജ്ജം നിറയ്ക്കാനുള്ള ഉപാധികളാക്കി. എന്തും ജീവിതത്തിന്റെ ഭാഗമാണെന്ന തിരിച്ചറിവു കാരണം അനുഭവങ്ങളുടെ തീച്ചൂളയിലൂടെ നീന്തി കരയില്ലാക്കടലിൽ നീന്തിയിറങ്ങുക അവരുടെ ശീലമായി.

റാബിയ ഒരിക്കൽ ഒരാഴ്ച ഒന്നും കഴിക്കാതെയും ഉറങ്ങാതെയും ഏകാന്തതയിൽ കഴിഞ്ഞു. എട്ടാം ദിവസം എന്തെങ്കിലും കഴിക്കാമെന്നു കരുതി. ഒരു സന്ദർശകൻ സന്ധ്യയ്ക്ക് കൊണ്ടുവന്ന ഭക്ഷണം അവർ സ്വീകരിക്കുകയും ഉപവാസം മുറിക്കാൻ തയ്യാറെടുക്കുകയും ചെയ്തു. അവർ വിളക്കു കൊളുത്താനായി മുറിയിലേക്കു പോയതും ഒരു പൂച്ച പാത്രത്തിലെ ഭക്ഷണം തട്ടിയിട്ടതും ഒരുമിച്ചായിരുന്നു. ഭക്ഷണം ഇല്ലാത്ത സ്ഥിതിക്ക് വെള്ളം കുടിച്ച് ഉപവാസം അവസാനിപ്പിക്കാമെന്നു കരുതി, അവർ മറുത്തൊന്നുമാലോചിക്കാതെ ഇരുട്ടത്ത് അടുക്കളയുടെ മൂലയിലുണ്ടായിരുന്ന മൺകുടത്തിനടുത്തേക്കു നടന്നു. കാലുകൾ അറിയാതെ അതിൽത്തട്ടി കുടം മറിഞ്ഞു വെള്ളം നിലത്തൊഴുകിപ്പടർന്നു. വിശപ്പും ദാഹവും ക്ഷീണവും സഹിക്കാനാവാതെ നിസ്സഹായയായി അവർ ചോദിച്ചു.:

“കരുണാനിധീ, നീ എന്താണ് ഈ അടിമയോട് കാണിക്കുന്നത്? ഇനിയും പരീക്ഷണമോ? നിന്നെമാത്രം സ്നേഹിക്കുന്ന ഇവളോടോ ഈ പരീക്ഷണം?”

ഇരുട്ടിനകത്തുനിന്നും നേർത്ത അടരുകളായി അഗ്നിച്ചിറകുകൾ ഉയർന്നുവന്നു. മുറിനിറയെ വെളിച്ചം നിറഞ്ഞു. അത് ശബ്ദമായിത്തീരുകയും റാബിയയുടെ ചോദ്യത്തിന് ഉത്തരമുണ്ടാവുകയും ചെയ്തു. “റാബിയ, നിന്റെ ആഗ്രഹമല്ല എന്റേത്. ഒരു ഹൃദയത്തിൽ ഒരാഗ്രഹത്തിനേ സ്ഥാനമുള്ളൂ. ആഗ്രഹങ്ങളിൽനിന്നും നീ മുക്തയാവണം. വിശപ്പിൽനിന്നും ദാഹത്തിൽനിന്നും ക്ഷീണങ്ങളിൽനിന്നും ബന്ധനങ്ങളിൽ നിന്നും പൂർണ്ണമായും.”

ആ രാത്രിയിലെ തീവ്രമായ അനുഭവത്തിനുശേഷം അവർ പറഞ്ഞു:

"ഞാൻ ആ ആജ്ഞ സ്വീകരിച്ചു. എല്ലാ ബന്ധങ്ങളിൽനിന്നും വിശപ്പിൽനിന്നും ദാഹത്തിൽനിന്നും മാറിനിന്നു. തീർത്തും തനിച്ചായി. ഓരോ നീണ്ട പ്രാർത്ഥനകൾക്കുശേഷവും ഞാൻ കരുതി ഇതെന്റെ അവസാന പ്രാർത്ഥനയാണ്. ഓരോ പ്രാർത്ഥന അവസാനിക്കുമ്പോഴും മുക്തയാക്കപ്പെടുകയും അവനിലേക്ക് കൂടുതലായി അടുക്കുകയും അവന്റേതായി മാറുകയും ചെയ്തു."

അങ്ങനെ "രാജാവിന്റെ മുന്നിൽ ക്ഷണിക്കപ്പെടാതെ ചെല്ലാനുള്ള കരുത്തുനേടി." അതൊരു ധൈര്യംതന്നെയായിരുന്നു. അവന്റെ ശബ്ദം തന്റേതുമായി അലിയുന്നു എന്ന ജ്ഞാനം അവരിൽ ഉണർന്നു. എത്തിച്ചേരാനുള്ള ഇടം കണ്ടെത്തി എന്ന സന്തോഷം ലഭിക്കുക അധികമാർക്കും ലഭ്യമാകാത്തത്. അവരവനോട് പറഞ്ഞു:

"നിന്നോട് പ്രാർത്ഥിക്കുന്നവരൊക്കെ തീയെ ഭയക്കുന്നവരാണ്. അതുകൊണ്ടു നീ അവരെ തീയിലിടുമെന്നു പറഞ്ഞു. ചിലർ നിന്നോട് പ്രാർത്ഥിക്കുന്നത് സ്വർഗ്ഗം കിട്ടാനാണ്. അവർക്ക് സ്വർഗ്ഗത്തിലെ കായ്കളും പഴങ്ങളും രുചിക്കണം. അവർക്കു നീ അതൊക്കെ നല്കുന്നു. ഇതിനൊന്നിനുമല്ലാതെയാണ് ഞാൻ നിന്നെ പ്രണയിക്കുന്നത്. എനിക്കു അഗ്നിയെ ഭയമില്ല; എനിക്ക് ഉദ്യാനവും കായ്കനികളും വേണ്ട. എന്നാൽ തീർച്ചയായും എനിക്ക് നിന്റെ സ്നേഹത്തിന്റെ സത്ത വേണം. നിന്നിൽ ലയിക്കുകയും ഒന്നായിത്തീരുകയും വേണം. രണ്ടു മുഖങ്ങളുണ്ടാവരുത്."

കാല്പനിക പ്രേമത്തിൽ ഇത്തരം അറിയിപ്പുകളോ ആയുസ്സോ ആഴമോ ഉണ്ടാവാറില്ല. "നിന്റെ മുഖം എന്റേതായിത്തീരണം" എന്ന് മുഖംപോലും കാണാത്ത ഒന്നിനോട് പറയാൻ എത്ര ധൈര്യവും ആത്മാഭിമാനവും വിശ്വാസവും വേണമെന്ന് ഊഹിക്കാവുന്നതേയുള്ളൂ. ഇത്തരത്തിൽ ഊഹങ്ങളെയും കണക്കുകളെയും തെറ്റിച്ച് മറ്റൊരു ലോകം സൃഷ്ടിക്കാൻ കഴിയുന്നത്, ഈ ലോകത്തിന്റെ എല്ലാ അവസ്ഥകളിൽനിന്നും മാറി മറ്റൊരവസ്ഥയിൽ വിഹരിക്കാനാവുമ്പോൾ മാത്രമാണ്. ഓരോ പ്രാർത്ഥനയും തന്റെ അവസാന പ്രാർത്ഥനയാണെന്ന് കരുതുന്ന ഒരാൾ "ആ നിമിഷത്തിൽ മാത്രമായി" ജീവിക്കുന്നയാളാണ്. ഒന്നുമറിയാത്ത റാബിയ എല്ലാമറിഞ്ഞവളായിത്തീർന്നു.

ദൈവത്തോട് എത്രമാത്രം സത്യസന്ധരായിരിക്കണം അവന്റെ പ്രേമികളെന്ന് അവർ ആദ്യമായി ഇറാഖിലെ ഒരു കോണിലിരുന്ന മദ്ധ്യപൗരസ്ത്യദേശക്കാരോട് പറഞ്ഞു. അതുവരെ ഒരു വനിതയും അവരെപ്പോലെ സ്വയം അർത്ഥം കണ്ടെത്തി മറ്റുള്ളവരെ അറിയിച്ചിട്ടില്ലായിരുന്നു. അതുകൊണ്ടുതന്നെ അറബ് ലോകത്തെ വനിതകളിൽ ആദ്യത്തെ മിസ്റ്റിക് വനിത എന്നതിന് അവരർഹയാവുകയും ചെയ്തു. ഹൃദയത്തിനകത്തെ ആരുമാരും കയറിയിറങ്ങാത്ത അകത്തളങ്ങളിൽ അവരനുഭവിച്ച നിർവൃതിയും ആനന്ദവും തുറന്നുപറയാനും അവർ മടിച്ചില്ല. മൗനത്തിന്റെ നീണ്ട ഇടവേളകൾക്കുശേഷം ഉണരുമ്പോഴൊക്കെ അവർ

അവന്റെ സൗന്ദര്യത്തെപ്പറ്റി പറഞ്ഞു. ഉറക്കിലും മൗനത്തിലും ഉണർച്ചയിലും അവർക്ക് പറയാനുണ്ടായിരുന്നത് ഒന്നു മാത്രം- അവന്റെ സൗന്ദര്യം, മഹിമ, പ്രേമം. "ഓരോ പ്രേമിക്കും നിർവ്വഹിക്കാനുള്ളത്. പ്രേമിക്കുന്നവനെ അനുസരിക്കുക; വീണ്ടും വീണ്ടു പ്രേമിക്കുക എന്നതുമാത്രം." അവരിങ്ങനെ പറയുക മാത്രമല്ല, പ്രണയിക്കുകയും ചെയ്തു. "കളവ് പറയാതിരിക്കുക; കാരണം അവൻ സത്യമാണ്. കളവ് പറഞ്ഞാലും കളവു പറഞ്ഞുപോയി എന്ന സത്യം പറയുക. അല്ലെങ്കിലും എങ്ങനെയാണ് ഒരു സത്യാന്വേഷിക്ക് സത്യത്തോട് സത്യമല്ലാതെ പറയാനാവുക?"

ഒരിക്കൽ, സുഫയാൻ അൽ താവ്റി എന്ന സഹയാത്രികൻ അവരോട് ചോദിച്ചു: "എന്താണ് ഒരു ദാസൻ അവന്റെ ആരാദ്ധ്യനായ ദൈവവുമായി ബന്ധമുണ്ടാക്കാൻ ചെയ്യേണ്ടത്?"

റാബിയ ഉത്തരം നല്കി:

"നാളെയ്ക്കുവേണ്ടി ഒന്നും കരുതിവയ്ക്കാതിരിക്കുക. അവനെ എന്നന്നേക്കുമായി സൂക്ഷിച്ചുവയ്ക്കുക. പിടിവിടാതെ."

സൂക്ഷിച്ചുവയ്ക്കുന്നതിനു പകരമായി കൊടുക്കാനുള്ളത് കരുതി വെച്ചതായിരിക്കും; സ്വന്തമെന്ന് കരുതിയതെല്ലാം. റാബിയയുടെ ജീവിതത്തിലൂടെ കടന്നുപോകുമ്പോൾ സ്നേഹത്തിന്റെ സുരഭിലമായ അവസ്ഥ മാത്രമല്ല ദൃശ്യമാവുക, പകരം അർപ്പണമെന്ന അതിമഹത്തായ തീരുമാനത്തിന്റെ വലിയ അർത്ഥവും കൂടിയാണ്.

"എന്തു നല്കിയാണ് ദൈവത്തെ തൃപ്തനാക്കുക?"

എന്ന് സഹയാത്രികരിൽ ഒരാളുടെ ചോദ്യത്തിന് അവർ നല്കിയ ഉത്തരം:

"നാണമില്ലേ അങ്ങനെ ചോദിക്കാൻ? നിങ്ങളാദ്യം തൃപ്തനാവൂ. അതാദ്യം ചെയ്യുക. അവനെ തൃപ്തനാക്കാൻ ആർക്കുമാവില്ല."

ചോദ്യകർത്താവ് വീണ്ടും: "നമ്മളെങ്ങനെയാണ് തൃപ്തരാവുക?"

"എപ്പോൾ എല്ലാ ഇച്ഛകളും ആനന്ദങ്ങളും അവനുവേണ്ടി മാത്രം മാറ്റി വയ്ക്കാൻ തയ്യാറാവുന്നുവോ അപ്പോൾ ഒരാൾ തൃപ്തനായി ത്തീരുന്നു."

ഏത് ചോദ്യങ്ങൾക്കുത്തരമായും, ഏത് കവിതയിലും ഏത് സംവാദങ്ങളിലും റാബിയ തന്റെ പ്രിയപ്പെട്ടവനെ ഉയർത്തിക്കാട്ടി. ഇത് തന്റെ ജന്മ വിശ്വാസങ്ങളുമായി എങ്ങനെ സമരസപ്പെട്ടുപോകുമെന്നോ പരിണിതഫലമെന്തായിത്തീരുമെന്നോ അവർ ഓർത്തതേയില്ല. "മറ്റൊന്ന് അല്ലെങ്കിൽ "എന്തിനിങ്ങനെ?" എന്നന്വേഷിക്കാൻ പഠിച്ചറിവ് കൂട്ടാനി ല്ലായിരുന്നു എന്നത് അവർക്കു ഭാഗ്യമായി ഭവിച്ചു. അറിവു വിഘ്നമായി തീരാതിരുന്നവരിൽ അവർക്കുശേഷം അധികമാളുകളുണ്ടായില്ല. അറിവ് അലോസരപ്പെടുത്താത്ത അവസ്ഥ ഒരു അനുഗ്രഹം കൂടിയാണ്. അറിവിന്റെ കനം തലയ്ക്കകത്ത് നിറഞ്ഞ പണ്ഡിതന്മാർക്കാർക്കും ഗൂഢാവബോധാവസ്ഥ അനുഭവമാകാതിരുന്നതും ഈ കാരണം

കൊണ്ടുതന്നെ. റാബിയയുടെ കവിതകളിലെ തിളച്ചുമറിയുന്ന സ്നേഹാഗ്നിയുടെ ചൂടിന് ഇത്രയധികം പരന്നൊഴുകാനും അതിർത്തികൾ ഭേദിച്ച് പ്രയാണം തുടരാനും കാരണമായത് അവരുടെ ഹൃദയലാളിത്യം കൊണ്ടു മാത്രമാണ്.

അവർ തന്റെ പ്രേമേശ്വരന്റെ വാതിൽപ്പടിയിൽ തലവെച്ചുകിടന്നു. എന്നെങ്കിലുമൊരിക്കൽ വിളിക്കുമെന്നു കരുതിയല്ല. എപ്പോഴും ഉണർന്നിരിക്കുന്നവന്റെ വാതില്പടിയിൽ ഒരിക്കലുമുറങ്ങാതിരിക്കാൻ. കാലൊച്ചകൾക്കായല്ല, ഒരർദ്ധനിമിഷംപോലും അവനിൽനിന്ന് മാറി നിന്നുകൂടാ എന്നതിനാൽ. കണ്ണടച്ചാൽ അവനെ കാണാതിരിക്കുമോ എന്ന തോന്നലുണ്ടായിരുന്നു അവർക്ക്. അവർ സ്നേഹത്തെ ദൈവവും, ദൈവത്തെ സ്നേഹവുമാക്കി. ഉരച്ചുരച്ചുച്ചേർത്ത ഒരൊറ്റക്കല്ലായി അവർക്കു സ്നേഹവും ദൈവവും.

"എന്താണ് സ്നേഹം?" റാബിയയോടു ചോദിച്ചു.

അനശ്വരതയിൽനിന്ന് അനശ്വരതയിലേക്കുള്ള യാത്രയാണ് സ്നേഹം. എഴുപത്തിനാലായിരം ലോകങ്ങളുണ്ടെങ്കിൽ, അവയിൽ നിന്ന് ഒരാളെങ്കിലും യഥാർത്ഥ സ്നേഹത്തിന്റെ ഒരു തുള്ളി നുകരുന്നുവെങ്കിൽ, ആ ആൾ ദൈവത്തെ അറിയുന്നു. അയാൾ സ്നേഹവും അറിയുന്നു.

ഏത് ചോദ്യത്തിനും റാബിയ ദൈവത്തെ മുന്നിൽനിർത്തി ഉത്തരം പറഞ്ഞു. അതാവട്ടെ, സ്നേഹത്തിന്റെ ഊർജ്ജം വേണ്ടുവോളം ചേർത്തും. അവർ നല്കുന്ന ഉത്തരങ്ങൾ, നേരത്തെ കരുതിവെച്ചവയോ ഏതെങ്കിലും ഗ്രന്ഥങ്ങളിൽ പരാമർശിച്ചവയോ ആയിരുന്നില്ല. അവരുടെ കവിതകൾക്കും ഉത്തരങ്ങൾക്കും സൗന്ദര്യവും കുളിർമ്മയും അഗാധതയുമുണ്ടായിരുന്നത് "നേരിട്ടുള്ള ഉത്തരങ്ങളുടെ" ചാരുതകൊണ്ടായിരുന്നു. ആ ചാരുത അവരുടെ ഹൃദയത്തിന്റേതുമാത്രവും.

മീര അവരുടെ സതീർത്ഥ്യരോട് കൃഷ്ണന്റെ മഹിമയും സാമീപ്യവും സുഖവും മഹത്ത്വവും പറഞ്ഞു. തെരേസ അവരുടെ സഹോദരിമാരോട് യേശുവിന്റെ മഹത്ത്വവും പരിലാളനങ്ങളും കൂടിക്കാഴ്ചകളും വിവരിച്ചു. അനേകരാത്രികളിലെ പീഡനങ്ങളും നൊമ്പരങ്ങളും കഷ്ടപ്പാടുകളും ആരോടും പറയാതെ, റാബിയ തന്റെ നീണ്ട പ്രാർത്ഥനകളിലൂടെ ലഭ്യമായ ദൈവികപ്രണയത്തിന്റെ ആർത്തിതീരാത്ത അനുഭവങ്ങൾ സഹയാത്രികർക്ക് പറഞ്ഞുകൊടുത്തു.

ഈ മൂന്ന് മഹദ് വനിതകളും മറ്റനേകം മിസ്റ്റിക്കുകളും തങ്ങളുടെ ജീവിതം മറ്റുള്ളവർക്കു പാഥേയങ്ങളാക്കി. തരിശായ ഭൂമിയിലൂടെ നടന്നു. അപ്പോൾ ഭൂമി പുഷ്പിണിയായി ചൂടുകാറ്റ് അമരുകയും കുളിർമ്മയുടെ പുതപ്പ് വിരിക്കപ്പെടുകയും ചെയ്തു.

റാബിയ രോഗിണിയായി കിടക്കുകയായിരുന്നു. അവരെക്കാണാനെത്തിയ സന്ദർശകൻ ചോദിച്ചു:

"എങ്ങനെയാണ് താങ്കൾ രോഗിണിയായത്?"

"എനിക്കറിയാത്ത കാരണങ്ങളാൽ ഞാൻ രോഗിണിയായി. ഞാനെ

പ്പോഴോ അവനെ ഓർത്തിരിക്കവേ ഒരിക്കൽ സ്വർഗ്ഗം വേണമെന്നാഗ്രഹിച്ചുപോയി. അവൻ എനിക്കത് ഹൃദയത്തിൽ കാണിച്ചുതന്നു. അങ്ങനെ ഞാൻ ആഗ്രഹിച്ചുകൂടായിരുന്നു. അവൻ ആശങ്കാകുലനാവുകയും എന്നെ ശകാരിക്കുകയും ചെയ്തു. അക്കാരണത്താൽ ഞാൻ രോഗിണിയായി. അവനറിയാം എന്റെ വേദന. അവനത് മാറ്റുമെന്നെനിക്കറിയാം."

അവരുടെ പ്രഭ വർദ്ധിച്ചു. സ്നേഹത്തിന്റെ നിറകുടമായി മാറി. അവർ മനോഹരമായി സംസാരിച്ചു. പാടി. അവർക്കൊപ്പമിരുന്നവർ ആ സാന്നിദ്ധ്യത്തിന്റെ സ്വാദറിഞ്ഞു.

"ഞാൻ മറ്റെല്ലാത്തിൽനിന്നും മാറിനിന്നു, അവനിൽ മാത്രമായി നിലനില്ക്കാൻ. അവനോടൊപ്പമെപ്പോഴും നില്ക്കാനായപ്പോൾ മറ്റുള്ളതിൽനിന്നും മാറിനിന്നത് നന്നായെന്നുമറിഞ്ഞു!"

ഇത്തരത്തിലൊരു ജീവിതം ഒരു മതവിശ്വാസത്തിലർപ്പിതമായി ജീവിക്കുമ്പോൾ സാദ്ധ്യമാവുകയില്ല. അറിവായി ഒന്നും കിട്ടാനില്ലെന്നും, സഹനത്തിന്റെയും പീഡനങ്ങളുടെയും ഉള്ളിന്റെയുള്ളിൽ സത്യം കാത്തിരിപ്പുണ്ടെന്നും ആരും പറയാതെ അവരറിഞ്ഞു. അങ്ങനെ ഒരിടമുണ്ടെന്നോ, അവിടെ ഇഴഞ്ഞിഴഞ്ഞ് എത്തുമെന്നോ അറിയുകയില്ലായിരുന്നു. എത്തിപ്പെടുകയായിരുന്നു. എത്തിപ്പെടുന്നവരുടെ വാക്കുകൾക്കു പഠിച്ചുറച്ച പാഠങ്ങളുടെ ധ്വനി ഉണ്ടാവുന്നില്ല. അവ പഠനമുക്തമായിരിക്കും. എല്ലാം ശുദ്ധമായ സത്യപ്രസ്താവനകളും. ആരെയും പ്രീതിപ്പെടുത്താനില്ലാത്തതിനാൽ ഭയമില്ല. ഒന്നും നേടാനില്ലാത്തതിനാൽ ആരെയും തൃപ്തിപ്പെടുത്താനില്ല, വശപ്പെടുത്താനുമില്ല. ആത്മാവിന്റെ ശക്തിയും ചൂടും എല്ലാത്തിനുമുള്ള താങ്ങായിത്തീർന്നു. മിസ്റ്റിക്കുകളുടെ കവിതകളും പ്രസ്താവങ്ങളും വായിക്കുമ്പോൾ ഹൃദയം എത്ര നൈർമ്മല്യമുള്ളതാണെന്നും അതിന്റെ ധാരാപ്രവാഹം എങ്ങനെയാണ് മറ്റു മനസ്സുകളെ ആകർഷിക്കുന്നതെന്നും അറിയാനാവും. അവരുടെ ജീവിതം അത്രയ്ക്ക് അർപ്പിതമാണ്.

തീവ്രമായ ശാരീരിക-മാനസികാനുഭവങ്ങൾ അവരാരേയും അറിയിക്കാൻ തുനിഞ്ഞില്ല. പീഡനങ്ങളുടെ തഴമ്പുകൾ അവർ മറച്ചുവെച്ചു. പ്രിയതമനുവേണ്ടി തുന്നിക്കൂട്ടിയ പട്ടുറുമാലിൽ അവർ സുഗന്ധം പുരട്ടി. അവ കാറ്റിൽ കിടന്നാടുകയും ചുറ്റും സുഗന്ധം പരക്കുകയും ചെയ്തു. അവർ സുഗന്ധമായിത്തീർന്നു. മൗനത്തിലെ കയത്തിൽ ഇറങ്ങി മൗനിയായ ആ ഒറ്റയാനുമായി സംവദിച്ചു. "ഒറ്റയ്ക്കായവരെ ഒറ്റയായവൻ സംരക്ഷിക്കുന്നു'' എന്നവർ അറിഞ്ഞു. പ്രാർത്ഥനകളുടെ നീണ്ട കാലങ്ങൾ. കാലങ്ങൾക്കപ്പുറത്തേക്കും അതു നീണ്ടുപോയി. പ്രകാശത്തിനപ്പുറത്തെത്തുന്ന പ്രകാശം. ശബ്ദങ്ങളെ തരളമാക്കുന്ന ശ്രുതി. പ്രാർത്ഥനകളുടെ ശാന്തമായ ഭൂമികയിലിരുന്ന് അവർ സ്വർഗ്ഗം ആസ്വദിച്ചു. നിയമപ്രകാരമുള്ള പ്രാർത്ഥന അവർക്കറിയില്ല. ആരും പറഞ്ഞുകൊടുത്തിരുന്നില്ല. പഠിച്ചുമില്ല. നിയമങ്ങളെ, നിർദ്ദിഷ്ട ആചാരങ്ങളെ മറ്റു

മിസ്റ്റിക്കുകളെപ്പോലെ അവരും ശ്രദ്ധിച്ചതേയില്ല. റാബിയയെ യാഥാസ്ഥിതിക മതവിശ്വാസികൾ ഒന്നുകിൽ ശ്രദ്ധിക്കാതിരിക്കുകയോ, അല്ലെങ്കിൽ "സ്വപ്നത്തിൽ ജീവിക്കുന്നവൾ" എന്നു വിളിക്കുകയോ ചെയ്തു.

ഒരിക്കൽ കുളക്കടവിൽ ഒരു കമ്പളത്തിലിരുന്ന് മീനുകളെ നോക്കുകയായിരുന്നു. ഹസ്സൻ അൽ ബസറി എന്ന ജ്ഞാനി മദീനയിൽ നിന്ന് അവരെക്കാണാൻ വന്നു. പ്രാർത്ഥനയ്ക്കു സമയമായപ്പോൾ അദ്ദേഹം പറഞ്ഞു:

"റാബിയാ വരൂ, നമുക്കു നമസ്കരിക്കാം."

സിദ്ധി കാണിക്കുവാനായി ഹസ്സൻ അൽ ബസറി തന്റെ നമസ്കാരപ്പായ കുളത്തിലേക്കെറിഞ്ഞു. അത് നനയാതെ ജലോപരിതലത്തിൽ കിടക്കുന്നത് കാണിച്ച് അതിന്മേലിരുന്ന് നമസ്കാരമെന്നു പറഞ്ഞു. റാബിയ താനിരുന്നിരുന്ന കമ്പളം വായുവിലേക്കെറിഞ്ഞു. അത് നിലത്തുവീഴാതെ അന്തരീക്ഷത്തിൽ തങ്ങിനിന്നു. അവർ ഹസ്സൻ അൽ ബസറിയോടു പറഞ്ഞു:

"നമുക്കു മുകളിൽക്കയറി ആ കമ്പളത്തിൽ നമസ്കരിക്കാം."

അത്ഭുതപ്പെട്ട ഹസ്സനോട് അവർ തുടർന്നു: "നിങ്ങൾ കാണിച്ചത് ഒരു മത്സ്യത്തിനും ഞാൻ ചെയ്തത് ഒരു പക്ഷിക്കും ചെയ്യാവുന്നതേയുള്ളൂ. പ്രിയ ഹസ്സൻ അൽ ബസറി, സിദ്ധികളെല്ലാം കളഞ്ഞ് അറിവുള്ളവനാവുക. നിസ്വാർത്ഥരെയാണ് അവനിഷ്ടം."

ഹസ്സൻ അവരെ പ്രകീർത്തിച്ചു. ഹസ്സന് ഒരു മെഴുകുതിരിയും സൂചിയും ഒരു തലമുടിനാരും നല്കി അവർ പറഞ്ഞു: "മെഴുകുതിരി പോലെ സ്വയം പ്രകാശിച്ച് ഉരുകിത്തീരുക. സൂചിയെപ്പോലെ നഗ്നനായി എല്ലാത്തിനെയും യോജിപ്പിക്കുക. അപ്പോൾ നിങ്ങൾ മുടിപോലെ അനശ്വരനായിത്തീരും."

ഹസ്സൻ അൽ ബസറി അതിന്റെ അർത്ഥമറിഞ്ഞു.

റാബിയയുടെ മറ്റൊരു സ്വപ്നം:

"പ്രാർത്ഥനാനിരതയായി ഉറങ്ങാതിരുന്ന ഒരു രാത്രിക്കുശേഷം നേരം പുലർന്നതും ഞാനല്പം മയങ്ങി. അപ്പോഴൊരു സ്വപ്നദർശനമുണ്ടായി. വെളിച്ചത്തിൽത്തിളങ്ങുന്ന ഒരു പച്ചമരം. അതിന്റെ സൗന്ദര്യം അവർണ്ണനീയം. അതിന്മേൽ മൂന്നുതരത്തിലുള്ള പഴങ്ങളുണ്ടായിരുന്നു. ആ പഴങ്ങൾ ലോകത്തിലെ മറ്റേതൊരു പഴത്തേക്കാളും മനോഹരമായിരുന്നു. അത് കന്യകമാരുടെ മുലപോലെ ദൃഢമായിരുന്നു. വെളുത്തതും ചുവന്നതും മഞ്ഞനിറത്തിലുള്ളതുമായിരുന്നു അവ. സൂര്യപ്രകാശത്തിൽ ഗോളങ്ങളെപ്പോലെ അവ തിളങ്ങി. പച്ചനിറത്തിലുള്ള മരവും സൂര്യപ്രഭയും മൂന്നു നിറങ്ങളിലുള്ള പഴങ്ങളും! അതിമനോഹരമായിരുന്നു ആ കാഴ്ച. അത്ഭുതത്തോടെ അതെന്താണെന്ന് ഞാൻ ചോദിച്ചു. അടുത്തൊന്നും ആരുമില്ലായിരുന്നു. അതിനുത്തരമായി ഇങ്ങനെ കേൾക്കാനിടയായി: "നിന്റെ ദൈവാർപ്പണത്തിനുള്ള പ്രതിഫലമാണിത്." ഞാൻ പച്ചമരത്തിനുചുറ്റും നടക്കാൻ തുടങ്ങി.

നിലത്ത് പതിനെട്ടു സ്വർണ്ണനിറമുള്ള പഴങ്ങൾ വീണുകിടക്കുന്നതു കണ്ടു. ഉത്തരം തന്ന ശബ്ദത്തോടു ഞാൻ ചോദിച്ചു: "ഈ സ്വർണ്ണ നിറമുള്ള പഴങ്ങൾകൂടി മൂന്നു പഴങ്ങളോടൊപ്പം ഉണ്ടായിരുന്നുവെങ്കിൽ വിവിധനിറങ്ങളാൽ തിളങ്ങുമായിരുന്നു ആ മരം. സൂര്യപ്രകാശത്തിൽ സ്വർണ്ണപ്പഴങ്ങൾ കൂടുതൽ ശോഭിച്ചേനെ." ഉടൻതന്നെ ആ ശബ്ദം പറഞ്ഞു: "അതും പച്ചമരത്തിൽ ഉണ്ടായിരുന്നവതന്നെ. അവ നന്നായി പഴുത്തതും ആയിരുന്നു. നിന്റെ ദൈവപ്രാർത്ഥനകൾ അവയ്ക്ക് ഒരു തോന്നലുണ്ടാക്കി. പാകമെത്താത്ത മൂന്നു പഴങ്ങൾ അവന്റേതായിത്തീരുകയോ എന്ന്. ആ അഹന്ത വന്നതും അവയെല്ലാം മരത്തിൽനിന്നും താഴെ വീണു. പ്രകാശം നഷ്ടമായി. ഇതൊരു മുന്നറിയിപ്പാണ്. സ്വയം അറിവുള്ളവരെന്നു കരുതി ഉപദേശികളായിത്തീരുകയും യഥാർത്ഥ അർത്ഥികളെ കളിയാക്കുകയും ചെയ്യുന്നവർക്കുള്ളത്. നന്നായിപ്പഴുത്തു എന്ന് ഒരു പഴവും കരുതരുത്. അതിനു ചില്ല നഷ്ടമാകും. സ്വർണ്ണ പഴമായാൽപ്പോലും. ദൈവഭയവും അരുത്. സ്നേഹത്താൽ തിളങ്ങുന്ന പച്ചമരത്തിൽ അനുഗൃഹീതമായവ മാത്രം നിലനില്ക്കുന്നു."

ദൈവഭയമുള്ളവരും ദൈവപ്രേമികളും തമ്മിലുള്ള ദൂരവും വ്യത്യാസവും കുറച്ചൊന്നുമല്ല. ഭയം ദൈവ സാന്നിദ്ധ്യം മറച്ചുകളയുന്നു. ദൈവപ്രേമികൾ അവന്റെ സ്നേഹവും മഹിമയും അറിയുകയും, അവനെയത്രമാത്രം ആരാധിക്കുകയും ചെയ്യുന്നു. ദൈവികതയും ലൗകികതയും ഇടയുന്നതു ഇങ്ങനെയാണ്. ഭയങ്ങളുടെ കറുത്ത അങ്കിക്കകത്താണ് ലൗകികത. ശുഭതരമായ തൂവലുകളുടെ പരവതാനിയിലുറങ്ങുന്നു ദൈവികത. അതാണ് ഈ ലോകവും മറുലോകവും തമ്മിലെ അന്തരവും.

റാബിയയോട്:

"താങ്കൾ എവിടെനിന്നാണ് വന്നത്?"

"ആ ലോകത്തുനിന്ന്."

"എങ്ങോട്ടാണു യാത്ര?"

"ആ ലോകത്തേക്ക്"

"ഈ ലോകത്ത് താങ്കളെന്താണ് ചെയ്യുന്നത്?"

"അന്നം കഴിക്കുന്നു. മറുലോകത്തിനുവേണ്ടി പ്രവർത്തിക്കുന്നു."

"ഇവിടെ താങ്കൾ സംവദിക്കുന്നുണ്ടല്ലോ. പലർക്കും താങ്കൾ സ്നേഹം നല്കുന്നുണ്ടല്ലോ?"

"ഇത് ഒരു ഇടത്താവളം. എന്റെ ഉള്ളിലുള്ളത് പുറത്തുകളയാതിരിക്കാൻ ഞാൻ ശ്രദ്ധിക്കുന്നു. പുറത്തുള്ളത് അകത്തു പ്രവേശിക്കാതിരിക്കാനും. ആളുകൾ വരികയും പോവുകയും സംവദിക്കുകയും ചെയ്യുന്നുണ്ട്, ഈ ഇടത്താവളത്തിൽ. അതെന്നെ സ്വാധീനിക്കുന്നില്ല. ഞാനെപ്പോഴും ധ്യാനനിമഗ്നതയിലാണ്."

"താങ്കൾ കരയുന്നതെന്തിനാണ്?"

"അവനിൽനിന്ന് നിസ്സാരമായ കാരണങ്ങളാൽ ബന്ധം മുറിഞ്ഞു പോകുമോ എന്ന തോന്നലുണ്ടാവുമ്പോൾ ഞാൻ കരയുന്നു. എന്റെ

അന്ത്യസമയത്തുപോലും എനിക്കു തോന്നരുത് അവനുമായുള്ള സ്നേഹബന്ധം നിഷ്ഫലമായിപ്പോയി എന്ന്."

പ്രേമം വിച്ഛേദിക്കപ്പെടുമോ എന്ന ചിന്ത ഏതൊരു പ്രേമിയുടെയും പ്രശ്നം തന്നെയാണ്. പ്രേമത്തിനുവേണ്ടി എല്ലാം ത്യജിക്കാൻ സന്നദ്ധരാവുകയും എല്ലാം തരണംചെയ്ത് പ്രേമിയെ പുണരാൻ വെമ്പുകയും ചെയ്യുക സ്വാഭാവികവും. ഇത് പ്രകൃതിയിലെവിടെയും കാണാവുന്നതാണ്. അലിയുക എന്നകാര്യം. അതിലെത്തിയാൽ ജീവിതം എന്ന പ്രഹേളികയുടെ അർത്ഥം മനസ്സിലാവുകയും മരണം അവനുമായി യോജിക്കാനുള്ള ഉത്സവമായിത്തീരുകയും ചെയ്യുന്നു. അതിനെയാണ് സൂഫികൾ ഉറൂസ്(ഉത്സവം) എന്നുവിളിക്കുന്നത്. ഈ തീരുമാനത്തിലെത്താൻ വളരെയൊന്നും ചെയ്യേണ്ടതില്ല. ഒന്നും ചെയ്യേണ്ടതില്ല എന്നു തീരുമാനിച്ചാൽ മതി.

റാബിയ ഒന്നും ചെയ്തില്ല; ഒന്നും കൂട്ടിവെച്ചുമില്ല.

റാബിയയെ അവസാനകാലത്ത് സന്ദർശിച്ച ഒരാൾ അവരെ കണ്ടത് ഇങ്ങനെ:

പഴയ ഒരു വീട്ടുതിണ്ണയിൽ ഇഷ്ടിക തലയണയാക്കി, ഒരു കീറിയ പുതപ്പു പുതച്ച് കിടക്കുന്നു. സമീപത്ത് കുടിക്കാനുള്ള വെള്ളം നിറച്ച ഒരു കുടം മാത്രം. സന്ദർശകന് അവരുടെ നിലകണ്ട് അവർക്കു വേണ്ടുന്നതെല്ലാം നല്കണമെന്നു തോന്നി. അതയാൾ പ്രകടമാക്കിയപ്പോൾ അവർ:

"നിങ്ങൾ എന്നെ സഹായിക്കാമെന്ന് കരുതിയത് ഒരു വലിയ തെറ്റാണ്. ഞാനൊരു പാവപ്പെട്ടവളാണെന്നും ഈ നിലയിൽ ഞാൻ കഷ്ടപ്പെടുന്നുണ്ടെന്നും കരുതിയല്ലേ നിങ്ങൾ സഹായിക്കാമെന്നു പറഞ്ഞത്?"

"അതെ. എനിക്ക് ഇഷ്ടംപോലെ പണക്കാരായ സ്നേഹിതന്മാരുണ്ട്. അവർ സഹായിക്കാൻ തയ്യാറുമാണ്."

"നിങ്ങൾ കരുതുന്നുണ്ടോ പാവങ്ങളെ തീരെ തിരസ്കരിക്കുന്നവനാണ് അല്ലാഹുവെന്ന്?"

"ഇല്ല."

"പണക്കാരന് കൂടുതൽ പണം നല്കുന്നവനാണോ അവൻ?"

"അല്ല."

"അപ്പോൾ എന്തിനാണ് ഞാൻ അവനെ എന്റെ ദാരിദ്ര്യം കാരണം വെറുക്കേണ്ടത്? പണക്കാരന്റേതായ എന്തു സ്വീകരിക്കുമ്പോഴും ഞാൻ അവനെ തിരസ്കരിക്കുകയല്ലേ? അവനെനിക്കു തരുന്നതല്ലേ എന്റേത്? മനുഷ്യരുൽനിന്ന് സ്വീകരിക്കുന്നത് അവന്റേതാണോ?"

തന്റെ ദാരിദ്ര്യത്തെ മറ്റുള്ളവർ ദുഃഖങ്ങളായിക്കാണുന്നതിനെ അവർ ശരിവെച്ചില്ല. അർപ്പിച്ചുകഴിഞ്ഞാൽ തിരഞ്ഞെടുക്കാനുള്ള സ്വാതന്ത്ര്യം ആർക്കുമില്ല. ദാരിദ്ര്യം തനിക്കു തന്നതാണ്. അത് പുറത്തുള്ളവർ സംഭാവന നല്കി തീർക്കാനുള്ളതല്ല. അതിനാലവർ ദൈവത്തെ പണം നല്

കുന്ന യന്ത്രമാക്കിയില്ല, ദൈവത്തോട് പണത്തിനായി പ്രാർത്ഥിച്ചില്ല. ദൈവത്തെ സ്നേഹത്തിന്റെ നിറകുംഭമാക്കി.

ഒരിക്കൽ ഒന്നുരണ്ടു പെൺകുട്ടികൾ റാബിയയെ സഹായിക്കാനായി അവരുടെ പുരയിൽവന്നു. അവർ ഭക്ഷണം പാകംചെയ്യാൻ തുടങ്ങി. അതിലൊരു കുട്ടി പറഞ്ഞു:

“ഇവിടെ ഉള്ളിയില്ല. നിന്റെ പ്രിയപ്പെട്ടവൻ എല്ലാം ചെയ്യാൻ കഴിയുന്നവനല്ലേ? ഉള്ളി കിട്ടിയാൽ നന്നായിരുന്നു.” റാബിയ ഒന്നും മിണ്ടിയില്ല. കുട്ടികൾ ഇടയ്ക്കിടെ റാബിയയെ നിരീക്ഷിച്ച് പാകംചെയ്യാൻ തുടങ്ങി. പൊടുന്നനെ അത്ഭുതത്തോടെ ഒരു കുട്ടി പറഞ്ഞു.

“ഇതാ ഇവിടെ ഒരു കൊട്ടയിൽ ഒരു പക്ഷി ഉള്ളി കൊണ്ടിട്ടിരിക്കുന്നു. അത്ഭുതം! ഇതെങ്ങനെ സംഭവിച്ചു? നിന്റെ പ്രിയൻ കൊടുത്തയച്ചതാണോ?”

റാബിയ, ആ കുട്ടിയെ അടുത്തുവിളിച്ച് അല്പം ശബ്ദം ഉയർത്തിപ്പറഞ്ഞു:

“ഈ വീട്ടിൽ ഒന്നുമില്ല. ഉള്ളിപോലും. എന്നാൽ ഉള്ളി നല്കി നിങ്ങളെ അത്ഭുതപ്പെടുത്താൻ മാത്രം അവനൊരു പലചരക്കു കച്ചവടക്കാരനല്ല. ഒന്നിലുമവനെ ഒതുക്കരുത്. അവൻ എല്ലാത്തിനുമപ്പുറത്താണ്.”

ദൈവത്തിന്റെ മഹനീയത അറിയാൻ അതിനൊരുങ്ങണം. ഒരുങ്ങലുകൾക്ക് ഒതുക്കവും വേണം. കരുണാർദ്രമായ ഹൃദയത്തിനകത്തുനിന്നുമാത്രമേ, ദൈവത്തെ അറിയാനുള്ള യഥാർത്ഥ അഭിലാഷം ഉണ്ടാവുകയുള്ളൂ. അതിന് പൂർണ്ണമായ അർപ്പണം വേണം. വിശ്വാസവും സ്ഥിരതയും വേണം. ഉള്ളിലുറങ്ങുന്ന നിത്യതയെ ഉണർത്താനും അത് എല്ലാത്തിനും അതീതമാണെന്നറിയാനും കഴിയണം.

“എത്രമാത്രം ധ്യാനനിരതനാണോ ഒരാൾ
അത്രമാത്രം സ്നേഹം ആസ്വദിക്കുന്നു.
എത്രമാത്രം സ്നേഹം ആസ്വാദ്യമാകുന്നുവോ
അത്രമാത്രം അയാൾ അനുഭവിക്കുന്നു
വിശ്വാസമാണ് എല്ലാത്തിന്റേയും വേര്.”[13]

ഉറച്ച വിശ്വാസമായിരുന്നു റാബിയയുടേത്. റാബിയയ്ക്കു പകരം കാണിക്കാൻ മറ്റൊരുദാഹരണം ഇറാഖിൽ നിന്നില്ല. പേർഷ്യൻ മിസ്റ്റിക്കുകൾ തുടരെത്തുടരെ റാബിയയെ പ്രകീർത്തിക്കാനും ബഹുമാന്യമായ സ്ഥാനത്തിരുത്താനും കാരണം മറ്റൊന്നുമല്ല. അവർ “കറപുരളാത്ത രണ്ടാം മേരു” എന്ന പദവിയിലേക്കുയരാനും കാരണം, അവരുടെ നിസ്വാർത്ഥവും അതിർത്തികളില്ലാത്ത ആസ്തിക്യത്തിന്റെ ആഴവും കൊണ്ടുതന്നെയാണ്. ജീവിതത്തിലൊരിക്കൽപ്പോലും അവർ ദൈവികസ്നേഹത്തെ സംശയിച്ചില്ല. ഒരിറ്റുകണ്ണീരുപോലും നിരാശയുടെ കാരണമായി ഒഴുക്കിയില്ല. നീണ്ട പ്രാർത്ഥനകളും ചെറുകവിതകളും ഉദാഹരണങ്ങളും സ്വപ്നങ്ങളും അവരുടെ നിതാന്ത സഹചാരികളായിരുന്നു. മോഹമില്ല: മോഹഭംഗവുമില്ല. ഓരോ രാത്രി അവസാനിക്കു

മ്പോഴും പുതുപുലരിയുടെ ജീവൻ തുടിച്ചുയരുമ്പോഴും, ഉണർച്ചകളിലെ സന്തോഷങ്ങളിൽ നടക്കുമ്പോഴും ഇരിക്കുമ്പോഴും ഉണ്ണുമ്പോഴും കിതയ്ക്കുമ്പോഴും വിതുമ്പുമ്പോഴും അങ്ങനെ ജീവിതത്തിലെ ഏതു മുഹൂർത്തത്തിലും അവർ സായൂജ്യത്തിന്റെ ആനന്ദമറിഞ്ഞു. അതൊരു പ്രവാഹമായിരുന്നു. മറ്റൊരു നീർച്ചാലുമായും ആ പ്രവാഹം കലർന്നു കലങ്ങിയില്ല. നീരാവി ആത്മഹൂതി നടത്തി കണ്ണീർ മഴയായതല്ല അത്. അന്തരീക്ഷത്തിൽനിന്ന് ഇറങ്ങിവന്നതുമല്ല. എന്തും അറിയുന്ന അഹത്തിന്റെ അഹവും പൊരുളിന്റെ പൊരുളും, പച്ചമരത്തിലെ സ്വർണ്ണ ദീപ്തിയും ബോധോദയത്തിന്റെ പ്രകാശമഹിമയും ചേർന്ന സത്യത്തിന്റെ മഹാപ്രവാഹമായിരുന്നു അത്.

റാബിയ മാത്രമല്ല അതിൽ മുങ്ങിക്കുളിച്ചത്. ആത്മസാക്ഷാത്കാരം ലഭിച്ച അനവധിപേർ. റാബിയ ചോദിച്ച അതേ ചോദ്യം വിവിധ ഭാഷകളിൽ, ലോകത്തിന്റെ നിരവധി സ്ഥലങ്ങളിൽ നിന്ന് ചോദിക്കുകയും ഉത്തരം കണ്ടെത്തുകയും പിൻവാങ്ങുകയും ചെയ്തു. റാബിയ ചോദിച്ചു:

"ദൈവമേ, രാത്രി നീങ്ങിക്കഴിഞ്ഞു. പ്രഭാതം വിരിഞ്ഞു. എങ്ങനെയാണ് എനിക്കറിയാനാവുക, നീ എന്റെ പ്രാർത്ഥനകൾ സ്വീകരിച്ചുവെന്ന്? തിരസ്കരിച്ചുവെന്ന്? നീ എന്നെ സ്വാന്തനപ്പെടുത്തുക; നിനക്കുമാത്രമേ എന്നെ ആശ്വസിപ്പിക്കാനാവൂ. നീ തന്നെയാണ് ഈ ജീവിതം. നീ എന്നെ ഉത്സുകയാക്കി. നിനക്കുമാത്രം എല്ലാ സ്തുതികളും. നിന്റെ വാതിൽപ്പടിയിൽനിന്ന് എന്നെ പുറത്താക്കിയാലും എന്റെ ഹൃദയത്തിൽ നിന്നോടുള്ള ആദരവിനും സ്നേഹത്തിനും ഒരു കുറവുമുണ്ടാവില്ല."

ഈ വാക്കുകളിൽ മിന്നിത്തിളങ്ങുന്ന ആത്മാർത്ഥതയുടെയും ചങ്കൂറ്റത്തിന്റെയും അർത്ഥവ്യാപ്തി മിസ്റ്റിക്കൽ പാതയിൽ എപ്പോഴും പ്രത്യക്ഷപ്പെടുന്ന ഉദാഹരണങ്ങളാണ്. റാബിയ വളർന്നു. റാബിയ ഭയന്നില്ല. റാബിയ ജ്വലിച്ചു. പ്രസിദ്ധയായി. അനുഗൃഹീതയായി. റാബിയ ഉണർച്ചകളിൽനിന്ന് ഉണർച്ചകളിലേക്ക് കയറുകയും ചെയ്തു. മരണത്തിന് ഏഴുവർഷം മുമ്പേ അവർ ഒരു സ്ത്രീക്കൊപ്പം ബസറയിലെ ഒരു മലയിൽ കെട്ടിയ ചെറുപുരയിൽ താമസമാക്കി. സ്വസ്ഥമായിരുന്നു ആ മലമുകൾ. ശുഭ്രമായ മേഘപാളികൾ കുടനിവർത്തുകയും, മഞ്ഞിന്റെ നേർത്തപാട കുടിലിനുചുറ്റും വലയം ഉണ്ടാക്കുകയും, നിർവൃതമായ അനുഭൂതിയുടെ ഇതളുകൾ ഒന്നൊന്നായി വിരിയുകയും ചെയ്തു. ഘട്ടംഘട്ടമായി തന്നിലൂടെ ഒഴുകിപ്പോയ കാലത്തിന്റെ കണക്കുകൾ അവരെ അസ്വസ്ഥയാക്കിയില്ല. ഏറ്റുവാങ്ങാൻ ആരുമില്ലാതിരുന്ന തന്റെ ജീവിതത്തിൽ നഷ്ടപ്പെട്ടുപോയ കാലത്തെക്കുറിച്ചവർ ഓർത്തതേയില്ല. ഒലീവ് മലയ്ക്കപ്പുറത്ത് മറഞ്ഞില്ലാതാവുന്ന സൂര്യനെ നോക്കിയും നീലനിലാവത്ത് ജ്ഞാനബോധത്തോടെ ഇരുന്നും അവർ രാപ്പകലുകളെ തള്ളിനീക്കി. പുഷ്പങ്ങളെ ചുംബിച്ചു. കാറ്റിനോട് കിന്നാരം പറഞ്ഞു. പക്ഷികൾക്ക് അന്നം കൊടുത്തു. മരങ്ങളെ പുല്കിപ്പുണർന്നു. മലയുടെ ശിഖരവും അതിനപ്പുറത്തെ അനന്തതയും

കൂട്ടിമുട്ടുന്ന ഇടംനോക്കി നിഷ്കളങ്കയായി ചിരിച്ചു.

"ദൈവമേ, എന്റെ എല്ലാ ആശകളും, ഈ ലോകത്തിലെ എല്ലാമെല്ലാം നിന്റെ സ്നേഹവുമായി താരതമ്യം ചെയ്താൽ ഒന്നുമല്ല. എന്റെ അന്തിമാഭിലാഷം നിനക്കറിയാം. നിന്നെ കാണുക എന്നത്. എന്റെ കാര്യം ഞാൻ അറിയിക്കുന്നു. എന്നു കാണുമെന്നത് നിന്റെ നിശ്ചയം."

എല്ലാ ദിവസവും പ്രഭാത പ്രാർത്ഥനയ്ക്കുശേഷം അവർ കുന്നിറങ്ങി താഴെയെത്തും. അവരെക്കാത്ത് നിരവധിപേരുണ്ടാവും അവിടെ. ലിംഗഭേദമോ മതവ്യത്യാസമോ നോക്കാതെ അവർ എല്ലാവരുമായി സംവദിച്ചു. അവരെ ആദരിക്കാനും അറിയാനും ആളുകളുണ്ടായി. അവർ ഇടയ്ക്കിടെ പറയാറുള്ള, ഈ ലോകത്തിൽനിന്നുള്ള വിടവാങ്ങലിന് സമയമായി. ഇരുട്ടിന്റെ ഇതളുകൾ അനങ്ങി. അനന്തതയ്ക്കുമപ്പുറത്തെ, കാണാനാവാത്ത അവസ്ഥയിലെ നിശ്ചല പാളികളിൽ എവിടെനിന്നോ ഒരു നാദം പുറപ്പെട്ടു. ഒരു തുടക്കത്തിന്റെ അവസാനം അറിയിക്കുന്ന ആന്ദോളനം. കാലുകളിലെ ചലനത്തിന് മന്ദത. ഹൃദയമെന്ന ഭിത്തികളില്ലാ മുറിയിലെ വെളിച്ചത്തിന്റെ അവസാന അനക്കം. മൂർദ്ധാവുമുതൽ അടിവരെ ചലനത്തിന്റെ സ്രോതസ്സായ ജീവവായുവിന് തടസ്സം. അവർ നീണ്ടുനിവർന്നുകിടന്നു. കണ്ണുകളടച്ചു. നിറയെ അവൻ. അവന്റെ സാമീപ്യസുഖം, കുളിർമ്മ, സുഗന്ധം, പുണരൽ. ദീർഘമായ അവസാന ശ്വാസം. ശരീരം പൂർണ്ണ വിശ്രമത്തിലായി. ചലനമറ്റു.

ഒരു നീണ്ട യാത്ര അങ്ങനെ അവസാനിച്ചു.

ഒലിവ് മലയുടെ ശാന്തമായ ശിഖരങ്ങളിലൊരിടത്ത് യാതനയും വേദനയും പീഡനങ്ങളുമറിയാതെ അവർ ദീർഘമായി ഉറങ്ങി.

ഇന്നും അവരുടെ കബറിടം ആകാശത്തേക്ക് നോക്കിപ്പറയുന്നു:

"ദൈവമേ,
നീ എന്നെ ജീവിതത്തിലേക്കു
തിരിച്ചുകൊണ്ടുവന്ന അന്നുമുതൽ നമ്മൾ
സുഹൃത്തുക്കളായി
പിന്നെ ഞാൻ ഉറങ്ങുകയുണ്ടായില്ല.
നീ എന്നെ നിന്റെ വാതിൽപ്പടിയിൽനിന്ന്
പുറത്തേക്ക് എറിഞ്ഞാലും
ഞാൻ പ്രതിജ്ഞചെയ്യുന്നു;
നമ്മൾ വേർപിരിയില്ല,
നീ എന്റെ ഹൃദയത്തിൽ അത്രമേൽ സജീവമാണ്!"

ദൈവം പ്രേമസ്വരൂപനാണെന്ന് നാം പറയാൻ തുടങ്ങിയത് ഇത്തരം അനുഭവതീവ്രത അറിഞ്ഞതിനു ശേഷമായിരിക്കുമോ? മരണത്തിനുമുമ്പ് റാബിയ പ്രിയതമനെ പലതവണ കണ്ടു.

മരണാനന്തരം.... എപ്പോഴും...

ബസറയിലെ പ്രശാന്തനിർമ്മലമായ അവരുടെ കബറിടം സന്ദർശി

ക്കുന്ന തീർത്ഥാടകർ റാബിയയുടെ ഊഷ്മളമായ പ്രേമത്തിന്റെ ചൂട് ഏറ്റുവാങ്ങുന്നു. ഊഷ്മളതയാണ് ആ മഹാപ്രേമി, ദൈവം, അവന്റെ പ്രിയപ്പെട്ട പ്രേമാർത്ഥികൾക്കു കൊടുക്കുന്ന പാഥേയം. നാം തീർത്തും ഒരു പ്രേമി മാത്രമായിത്തീരുമ്പോൾ നമുക്കത് അനുഭവമാകും. ഗൂഢാത്മജ്ഞാനം എന്തെന്ന് ചോദിച്ചാൽ ഏത് മിസ്റ്റിക്കും പറയുന്നതും അതുതന്നെ. അളവില്ലാത്തതും അനന്തവുമായ പ്രണയം.

മറ്റൊന്നും അവർക്കു പറയാനില്ല; നമുക്കറിയാനുമില്ല. ഈ പാതയിലെ അമൂല്യവും അർത്ഥവത്തുമായ കാര്യവും അതുതന്നെ. പ്രേമത്തിലൂടെ അവനവൻ സ്വയം തന്റെ സ്വരൂപത്തെ അറിയുക എന്നത്.

മീരയും തെരേസയും റാബിയയും അവർക്കു മുമ്പും പിമ്പും നടന്നുപോയ മറ്റനേകം പേരും അതറിഞ്ഞു.

സ്വരൂപത്തെ അറിയുക എന്നതുതന്നെയാണ് സത്യം അറിയുക എന്നത്; ദൈവത്തെ പരിരംഭണം ചെയ്യുക എന്നതും. മറ്റു പറച്ചിലുക ളെല്ലാം നല്ലൊരു കാറ്റടിച്ചാൽ അകന്നു പോകുന്ന കരിയിലകൾ മാത്രം.

....

ഭാഗം രണ്ട്
അകപ്പൊരുൾ

മറ്റുള്ളവരെ അറിയുന്നത് ജ്ഞാനം
അവനവനെ അറിയുന്നത് ബോധോദയം

ലാവോത്സു

ഒന്ന്

"മധുരമായി പാടുന്ന തത്തയെ കൂട്ടിലടയ്ക്കുന്നു
പരുന്തിനെ പറക്കാനനുവദിക്കുന്നു."

-മൗലാനാ ജലാലുദ്ദീൻ റൂമി

പ്രകടമായതും അല്ലാത്തതുമായ പലതും ഈ പ്രപഞ്ചത്തിലുണ്ട്. എന്തൊക്കെയാണുള്ളതെന്ന് ഇനിയും മുഴുവനായി കണ്ടുപിടിക്കാൻ ഇരിക്കുന്നതേയുള്ളു. കാണാത്തവയെല്ലാം ഇല്ലാത്തവയാണെന്ന് പറയാനാവില്ല. കാണാത്തവയെക്കാണാൻ എല്ലാവർക്കുമാവില്ല എന്നത് വലിയൊരു നേരാണ്. ആർക്കും കാണാൻ കഴിയുന്നതും ഒരാൾക്കും കാണാൻ കഴിയാത്തതും ചിലർക്കുമാത്രം കാണാൻ കഴിയുന്നതും ഉണ്ട് ഈ പ്രപഞ്ചത്തിൽ. ഒളിഞ്ഞിരിക്കുന്നവയുണ്ട് എന്ന് കാലാകാലമായി പറയുന്നതും വിശ്വസിക്കുന്നതും അതുകൊണ്ടാണ്.

പ്രേമം ഒരു വികാരമാണ്. അങ്ങനെയാണ് ആ വാക്കു കേൾക്കുമ്പോൾ ബോധം നമുക്കുതരുന്ന സൂചന. വാക്കുകൾക്കു നമ്മൾ കൊടുക്കുന്ന അർത്ഥമനുസരിച്ച് ഉണ്ടാകുന്ന ബിംബങ്ങൾ മനസ്സിൽ തറച്ചുനില്ക്കുന്നു. നാലുപാടു നിന്നും വന്നുചേരുന്ന വാക്കുകൾ ഉപയോഗം കൊണ്ട് നമ്മുടേതായിത്തീരുകയാണു ചെയ്യുന്നത്. വാക്കുകൾക്കു നാം കൊടുക്കുന്ന നല്ലതും ചീത്തയുമായ ബിംബങ്ങളാണ് അവയ്ക്കു ശക്തി പകരുന്നത്. സ്നേഹം എന്നതും ക്രൂരത എന്നതും അക്ഷരങ്ങൾ ചേർത്തുണ്ടാക്കിയ വാക്കുകളാണെങ്കിലും അർത്ഥം വിപരീതമാണ്. പുളി എന്നുച്ചരിക്കുമ്പോൾ നമ്മുടെ നാവിൽ വെള്ളമൂറുന്നു. ഇതേപദം നൂറു പ്രാവശ്യം കേട്ടാലും ഒരു ബംഗാളിയുടെയോ ഗുജറാത്തിയുടെയോ നാവിൽ വെള്ളമൂറില്ല. അവരുടെ ഭാഷയിൽ പുളിക്കുള്ള പേര്

പറയുമ്പോഴാവട്ടെ അവരുടെ നാവിലും വെള്ളമൂറും. ചില ഭാഷകളിൽ പ്രേമം, സ്നേഹം എന്നിവ ഒറ്റവാക്കിനാലാണ് ഉപയോഗിക്കപ്പെടുന്നത്. ഉദാഹരണത്തിന് ഇംഗ്ലീഷിലെ ലൗ എന്ന പദം. അച്ഛനമ്മമാർ മക്കളെ സ്നേഹിക്കുന്നതിനെയും യുവതി യുവാവിനെ പ്രേമിക്കുന്നതിനെയും ഒരു സാധനത്തിനെ ഇഷ്ടപ്പെടുന്നതിനെയും ആ ഒരൊറ്റ പദം കൊണ്ടാണ് ആ ഭാഷയിൽ കൈകാര്യം ചെയ്യുന്നത്. എന്നാൽ പേർഷ്യൻ, ഉർദു, ഹിന്ദി ഭാഷകളിൽ സ്നേഹത്തിന് വിവിധതരം വാക്കുകളുണ്ട്. പേർഷ്യൻ ഭാഷയിൽ സ്നേഹത്തിന്റെ ഭാവങ്ങളെ പ്രകടിപ്പിക്കാനായി ഒന്നിൽക്കൂടുതൽ പദങ്ങൾ ഉപയോഗിക്കാറുണ്ട്. പേർഷ്യൻ ഭാഷയുമായി ബന്ധമുള്ളതിനാൽ ഹിന്ദി, ഉർദു ഭാഷകളിലും സ്നേഹത്തിന് പ്യാർ, മുഹബത്ത്, ഇഷ്ക്- സ്നേഹം, പ്രേമം, അലൗകിക പ്രേമം എന്നീ മൂന്നവസ്ഥകൾക്ക് വ്യത്യസ്തപദങ്ങൾ വന്നു ചേർന്നു. ഇവയൊക്കെ യഥാസ്ഥാനങ്ങളിൽ ഉപയോഗിക്കുമ്പോഴേ അവ അർത്ഥപൂർണ്ണമാവുകയുള്ളൂ. തെറ്റി ഉപയോഗിച്ച് ബിംബത്തകർച്ച വന്ന അനേകം വാക്കുകളെപ്പോലെ ഇവയും തകർന്നിട്ടുണ്ട്. അവയൊക്കെ നിലനില്ക്കുന്നതുകൊണ്ട് ആർക്കുമത് ആവശ്യത്തിനനുസരിച്ച് ഉപയോഗിക്കാവുന്നതാണ്.

സ്നേഹത്തിന്റെ വ്യാപ്തി എവിടെയും അവസാനിക്കുന്നില്ല. പ്രേമത്തിന് ആകാശമാണ് അതിര്. അലൗകിക പ്രേമമാണെങ്കിൽ വിവരണാതീതവും. പദങ്ങളും അതിന്റെ അർത്ഥവ്യാപ്തിയും മനസ്സിലുണ്ടാക്കിത്തീർക്കുന്ന ബിംബങ്ങൾ ബോധത്തിലുണ്ടാക്കുന്ന വൈവിദ്ധ്യം കുറച്ചൊന്നുമല്ല. ആദ്യം ഇതൊന്നും വലിയ പ്രാധാന്യമുള്ളതായി തോന്നാതിരിക്കുക സ്വാഭാവികം. ഒന്നാംക്ലാസിലെ കുട്ടിക്ക് ഭാവിയിൽ ഉപയോഗിക്കാനിരിക്കുന്നവയാണ് താൻ അപ്പോൾ കരുതിവയ്ക്കുന്നത് എന്നറിയാത്തപോലെ. ബോധത്തിൽ അലിഞ്ഞുകിടക്കുന്ന പഴയക്ലാസുകളിലെ പാഠങ്ങൾ തുടർന്നുള്ള കയറ്റങ്ങൾക്കു എത്ര ഉപകരിച്ചു എന്ന് പിന്നീട് അവനറിയുന്നുമില്ല. ക്ഷതമേല്ക്കാതെ എത്രകാലം കഴിഞ്ഞും ചില വാക്കുകൾ അങ്ങനെത്തന്നെ നില്ക്കുന്നതായും കാണാം. ഇങ്ങനെ സ്ഥിരമായി നില്ക്കുന്ന കൂട്ടിവെക്കലുകളാണ്, ഒരാളുടെ സംസ്കാരമായി പരിണമിക്കുന്നത്. ഒരാളാദ്യമായി ഉച്ചരിച്ച അമ്മ എന്ന പദത്തിന് അയാളെത്ര മുകളിലെത്തിയാലും മാറ്റം സംഭവിക്കുന്നില്ല. അമ്മയുമായുള്ള ഒരാളുടെ ബന്ധത്തിന് വ്യതിയാനം സംഭവിക്കാമെങ്കിലും, അർത്ഥത്തിന് ഒന്നും സംഭവിക്കുന്നില്ല. മന്ത്രങ്ങളും സ്തോത്രങ്ങളും ദിക്റുകളും അങ്ങനെത്തന്നെ. പുരാതനവും ആത്മീയവും ആയ മന്ത്രോച്ചാരണങ്ങൾക്ക് ക്ഷതങ്ങൾ സംഭവിക്കാതിരിക്കുന്നതിനും അവയുടെ സാദ്ധ്യതകൾ ശാസ്ത്രീയമായി പുരോഗമിക്കുന്നതിനും കാരണം അവ അത്രത്തോളം ശക്തമായതുകൊണ്ടാണ്. ഒരാളുടെ ബോധത്തിൽ പൂർണ്ണഹൃദയത്തോടെ സ്വീകരിക്കപ്പെട്ട ഒരു മന്ത്രം എത്രമാത്രം അയാളിൽ

സ്വാധീനമാവുന്നുവോ അത്രമാത്രം അയാൾ ഉദ്ബുദ്ധമാവുന്നു. അങ്ങനെയുള്ള ഒരാൾ മന്ത്രശക്തി അറിയുകയും ചെയ്യുന്നു.

സ്വാതന്ത്ര്യം ഒരാളിൽ ചേക്കേറുന്നത് സ്നേഹവും ദയയും കരുണയും അതിന്റെ സീമകൾ ലംഘിക്കുമ്പോഴാണ്. ഇല്ലാത്തത് ആരും ഉണ്ടാക്കുന്നില്ല. ഉള്ളത് വിപുലീകരിക്കുന്നതേയുള്ളൂ. എന്നാൽ ഒരാൾ ക്രൂരനും നിഷേധിയും നശിപ്പിക്കുന്നവനുമാകുമ്പോൾ അയാൾ അസ്വസ്ഥത ഉണ്ടാക്കുകയാണ് ചെയ്യുന്നത്. ഇക്കാരണം കൊണ്ടാണ് ദൈവികഗുണങ്ങളായി സ്നേഹത്തെയും ദയയെയും കരുണയെയും മഹാമനസ്കതയെയും പ്രകീർത്തിക്കുന്നത്. സ്നേഹം തീർത്ഥജലം പോലെ പരിപാവനമാകുമ്പോഴാണ് അതു പ്രേമം എന്ന അവസ്ഥയിലെത്തുന്നത്. അവിടെയും പിടിച്ചുനിർത്താതെ, അതിർത്തിലംഘിച്ച് ദിശമാറി കൈവിടുമ്പോൾ പ്രേമം അലൗകികമായ അവസ്ഥയിലെത്തുന്നു. ഇഷ്ക് എന്ന അലൗകികാവസ്ഥ ലാളിത്യമുള്ളതാക്കുമ്പോൾ ദുരുപയോഗം നടത്തപ്പെടുന്നുണ്ട്. യുവതീയുവാക്കന്മാർ തമ്മിൽ പെട്ടെന്ന് ആകർഷിക്കപ്പെട്ട് ഉത്ഭവിക്കുന്ന കൗമാരപ്രണയത്തെ വിശേഷിപ്പിക്കാനും ഇഷ്ക് ഉപയോഗിക്കാറുണ്ട്. പദങ്ങളിലൂടെ അറിയാനുള്ളതല്ല സ്നേഹാനുഭൂതി. ഒരവസ്ഥയെ പൂർണ്ണമായി അറിയിക്കാൻ വാക്കുകൾ അത്രയൊന്നും പ്രാപ്തമല്ല.

മിസ്റ്റിസിസത്തിന്റെ ആഴക്കടലിൽ നീന്താനും കവിതയെന്ന മാധ്യമം ഉപയോഗിച്ച് മറ്റുള്ളവർക്ക് അജ്ഞാതമായിരുന്ന 'അനുഭവങ്ങളുടെ നില' അല്പമായെങ്കിലും പറഞ്ഞുകൊടുക്കാനും മിസ്റ്റിക് കവികൾക്കു കഴിഞ്ഞു. പേർഷ്യൻ സൂഫി കവികളും ഭാരതീയ മിസ്റ്റിക് കവികളുമാണ് ഇഷ്കിനെ ഇത്രയധികം മനോഹരമാക്കിയത്. ഇവർ താന്താങ്ങളുടെ ഭാഷ ഉപയോഗിച്ച് മിസ്റ്റിസിസത്തെ പ്രഭയുള്ളതും വർണ്ണഭംഗിയുള്ളതുമാക്കി. ഇവരെ പിൻപറ്റിയ ഗായകരാവട്ടെ കവിതകൾക്ക് മറ്റൊരു തലം നല്കി. നേർത്ത വാദ്യോപകരണസഹായത്തോടെ ഉള്ളിലെ പൊരുളിനെ പാടിപ്പാടി അന്വർത്ഥമാക്കി. ചിത്രകാരന്മാരോ കവികളോ ആവാത്ത ഒരു മിസ്റ്റിക്കും ഈ ഭൂമിയിലൂടെ കടന്നുപോയിട്ടില്ല. ഏറെനാൾ സംസാരിക്കാതിരുന്നവരുണ്ട്. എന്നാൽ, സംഗീതം പാടില്ലെന്നു പറഞ്ഞവരില്ല. സംഗീതം ആത്മാവിന്റെ തേങ്ങലാണെന്ന് പറഞ്ഞവരാണധികവും. സംഗീതത്തിന്റെ ഏറ്റവും അടുത്ത കാമുകിയായി അവർ കവിതയെ പ്രതിഷ്ഠിക്കുകയും ചെയ്തു.

എല്ലാ പ്രവാചകന്മാരിലും കവിമനസ്സ് ഉണ്ടായിരുന്നതുകൊണ്ടാണ് അവരുടെ തത്ത്വശാസ്ത്രങ്ങൾ കവിതാമയമായതും അവയൊക്കെ ഈണത്തിൽ ചൊല്ലുന്നതും. ശ്രദ്ധിക്കപ്പെട്ട എല്ലാ കവിതകളും പ്രവചനങ്ങളാണെന്ന് പറയാനാവില്ല. എന്നാൽ, പ്രവചനങ്ങളെല്ലാം ജന്മമെടുത്തത് കവിതയിലാണെന്ന് സംശയലേശമന്യേ പറയാൻ കഴിയും. വാക്കുകളെ സംഗീതസാന്ദ്രമാക്കുന്നതും സൗന്ദര്യമുള്ളതാക്കുന്നതും ശ്രുതിമധുരമുള്ളതാക്കുന്നതുമായ മഹത്തായ കലയാണ് കവിത.

ഒരു യഥാർത്ഥകവിത ഉണ്ടാകുന്നു എന്നതിനർത്ഥം ഒരാത്മാവ് നൃത്തം ചെയ്യുന്നു എന്നാണ്. "ആത്മാവിന് താല്പര്യമില്ലാതെ അത് നൃത്തം ചെയ്യുകയുമില്ല.[14]

മിർസാഗാലിബിന്റെ കവിതകളിൽ ഈ അന്തരീക്ഷം ധാരാളം. കബീറിന്റേതിൽ അതിലുമധികം. അമീർ ഖുസ്രുവാകട്ടെ ഉന്മത്തനും. രവീന്ദ്രനാഥടാഗോർ അമരനും. അമീർ ഖുസ്രുവിനെ "ഇന്ത്യയുടെ പച്ചത്തത്ത" എന്നു വിളിച്ചത് എഴുതിയവയെല്ലാം തേൻമൊഴികളായതിനാലാണ്. ഖുസ്രു തത്ത മാത്രമല്ല തേനീച്ചയുമായി. തേൻ ശേഖരിക്കാൻ ഈച്ച പെടുന്നപാട് ഖുസ്രുവും ചെയ്തു. അക്ഷരങ്ങളുടെ പൂക്കളിൽ നിന്നു തേൻപോലുള്ള കവിത പാടിയപ്പോൾ ആസ്വാദകർ ആനന്ദനൃത്തമാടി. പച്ചത്തത്തയായി അദ്ദേഹം. ഖുസ്രുവിന്റെ നാവിൽ നിന്നും ഒലിച്ചിറങ്ങിയ കവിത മിസ്റ്റിസിസത്തിന് മധുരമല്ലാതെ മറ്റൊരു രുചി നല്കിയില്ല. പൂപ്പന്തലല്ലാതെ മറ്റൊരു തണലോ, പൂസുഗന്ധമല്ലാതെ മറ്റൊരു ഗന്ധമോ പൂമെത്തയല്ലാതെ മറ്റൊരു മെത്തയോ ആടാൻ പൂത്തൊട്ടിലല്ലാതെ മറ്റൊന്നോ. മനോഹരമായ, മധുരമായ പ്രേമം മാത്രമല്ല, സ്നേഹത്തിന്റെ അതിതരളമായ വരവും അദ്ദേഹത്തിന്റെ കവിത ഉയർത്തിക്കാട്ടി. സ്നേഹമത്രയും കവിതയാക്കി ഹൃദയം നിറച്ച ഖുസ്രുവിനെ ഏതു വാക്കുകളുപയോഗിച്ചും ആസ്വാദകർ അനുമോദിച്ചു. ഖുസ്രുവാകട്ടെ വീണ്ടും വീണ്ടും നിറയ്ക്കുകയും ഒഴിക്കുകയും നിറയ്ക്കുകയും ചെയ്തു. ഹൃദയം ശൂന്യമാവുന്നിടത്തോളം ഉള്ളതെല്ലാം ഒഴുക്കി ഖുസ്രു കവിതയുമായി അലഞ്ഞു; ഒരിക്കലും ശൂന്യമാവാത്ത ഹൃദയവുമായി.

മിസ്റ്റിക്കുകൾ അങ്ങനെയാണ്. അലയുക, തിരയുക, തിരഞ്ഞു തിരഞ്ഞ് ആധിപൂണ്ട്, വ്യഥയുടെ നോവിൽ വിരിയുന്ന അനിർവ്വചനീയത വിതരണം ചെയ്യുക. വെന്തുരുകുന്നത് മറക്കുകയും മറ്റുള്ളവരെ വേവാൻ അനുവദിക്കാതിരിക്കുകയും ചെയ്യുക.

ഇങ്ങനെയുള്ളവർ കൂട്ടിവയ്ക്കുന്നില്ല; എല്ലാം ഒഴിവാക്കുന്നു; "ഞാൻ കൊടുത്തതെല്ലാം എന്റെ കൈയിൽത്തന്നെയുണ്ട്. സംഭരിച്ചു വെച്ചതെല്ലാം നഷ്ടമായി. കൊടുത്തതെല്ലാം എന്റേതുമാത്രമായിത്തീരുന്നു."[15] അതാണവർ. അങ്ങനെയുള്ളവരിൽ വീണ്ടും വീണ്ടും വന്നു നിറയുന്നു. വീണ്ടും കൊടുക്കുന്നു. ഈ പ്രക്രിയ തുടർന്നുപോകുമ്പോൾ കൊടുക്കുന്ന ആൾ ഇല്ലാതാവുകയും ലഭ്യത തുടരുകയും ചെയ്യുന്നു. അങ്ങനെയാണ് ശരിയായ "തരുന്ന ആൾ" ആരാണെന്ന് കിട്ടുന്നവർ അറിയുന്നത്. അത് മേൽവിലാസമില്ലാത്ത ആളാണെന്ന് അറിയാൻ അധികസമയമെടുക്കില്ല. അയാൾ പൊരുളിനകത്ത് ഭയലേശമന്യേ കടന്നുചെല്ലുന്നു. അതും ഇതും എന്ന വ്യത്യാസമില്ലാതായിത്തീരുന്നു. "പറയുക: ഞാൻ തന്നെ നീയും" എന്ന് ജലാലുദ്ദീൻ റൂമി ആ അവസ്ഥയിൽ പാടി. അങ്ങനെ പറയാനുള്ള ത്രാണി റൂമിക്ക് ഉണ്ടായതിനുകാരണം ശംസ് അൽ തബ്റീസെന്ന ഗുരുവിനെ കിട്ടിയതാണ്.

ഏറ്റവുമടുത്ത സുഹൃത്തും പ്രിയപ്പെട്ടവനുമായിത്തീർന്ന തബ്റീസിനെ റൂമി കണ്ടതങ്ങനെ.

"നിന്നെ എന്റെ വിരുന്നുകാരനാക്കാനുള്ള അഭിലാഷം അതിതീവ്ര മാണ്

സുഹൃത്തേ, വരിക.
ഇതാ, എന്റെ ജീവിതവും എന്റെ ഹൃദയവും."

മറുപടിയായി തബ്റീസ് അറിയിച്ചത്:

"രഹസ്യങ്ങളുടെ പുസ്തകത്തിൽനിന്നു
കവിതത്തുണ്ടുകൾകൊണ്ട് മറ്റൊരു പുസ്തകം
നിനക്കായി ഞാൻ നിർമ്മിക്കുന്നു;
സ്വീകരിക്കുക."

രണ്ട്

"കടലിന്റെ അഗാധതയിലാണ് മുത്തുള്ളത്.
സുരക്ഷിതത്വമാണ് നിങ്ങൾ ആഗ്രഹിക്കുന്നതെങ്കിൽ
കരയിലിരുന്നു കാറ്റ് കൊള്ളുക."

-പേർഷ്യൻ കവി സാദി

ഒരു ആദ്ധ്യാത്മികാചാര്യനും നിഷ്കാസിതനോ, തെറ്റിദ്ധരിക്കപ്പെട്ടവനോ ആവാതെ ചരിത്രത്തിലൂടെ നടന്നുനീങ്ങിയിട്ടില്ല. "വരാനൊരാളുണ്ട് എന്നു മുമ്പേ മറ്റൊരാൾ പറഞ്ഞു പോയിട്ടും വരേണ്ട ആൾ വന്നപ്പോൾ ജനം സ്വീകരിക്കാതിരിക്കുകയാണു ചെയ്തത്. യേശുവിനു മുമ്പേ സ്നാപകയോഹന്നാനായാലും മുഹമ്മദിനുമുമ്പേ ഇബ്രാഹിം ആയാലും. ഇവരാരും പീഡനങ്ങളെയും അവഗണനകളെയും കാര്യമാക്കിയതേ ഇല്ല. അവർ ദൈവികാനുഗ്രഹത്തിന്റെ ധാരയിലേക്കിറങ്ങി അവർക്കു ലഭ്യമായ ജ്ഞാനം പകർന്നുനല്കി. തങ്ങൾക്കായി ഒന്നും ബാക്കിവെച്ചില്ല. പീഡനങ്ങളെക്കണ്ട് പരിഭ്രമിച്ചില്ല. അവർക്കറിയാമായിരുന്നു, പീഡനങ്ങൾ "ഇഷ്കിന്റെ" മറ്റൊരു ഭാവമാണെന്ന്. അവർ കാല്പനികതയ്ക്കപ്പുറമുള്ള അർത്ഥം ഇഷ്കിൽ കണ്ടു.

ജീവിതത്തിൽ നൂറായിരം അവസ്ഥകളിലൂടെയും സാഹചര്യങ്ങളിലൂടെയുമാണ് ഒരാൾ ഒഴുകിപ്പോകുന്നത്. അനുഭവങ്ങളെന്ന് നാം സാധാരണയായിപ്പറയുന്നത് ഈ അവസ്ഥാവ്യത്യാസങ്ങളെയാണ്. ഒരനുഭവത്തിലെത്താൻ സ്വാതന്ത്ര്യവാഞ്ഛയാണ് ആദ്യം വേണ്ടത്. ബന്ധനസുഖത്തിൽ നിന്നുള്ള വിടുതൽ. പശുവും കുറ്റിയും തമ്മിൽ ബന്ധിപ്പിക്കുന്ന കയറാണ് ബന്ധനം. കയർ മുറിച്ചിളക്കുമ്പോൾ പശു സ്വതന്ത്രയാവുന്നു. ഉടമ തെരഞ്ഞെടുത്തു നല്കിയിരുന്ന ഭക്ഷണം മാത്രം കഴിക്കാൻ വിധിക്കപ്പെട്ടിരുന്ന പശുവിന് ഏതു പറമ്പിലെ പുല്ലും

തിന്നാം എന്ന അവസ്ഥ കൈവരുന്നു. അനുഭവങ്ങൾ മാറുന്നു. അത്തരത്തിലുള്ള പശുവിന്റെ പാലാണ് വളരെ ഉത്തമം. സ്വാതന്ത്ര്യം കിട്ടുമ്പോൾ ഈ അവസ്ഥ ഉണ്ടാവുന്നു.

സ്വതന്ത്രമായ ഏതൊരു കണ്ടെത്തലിനും ഒരു പ്രത്യേക രുചിയുണ്ട്. ആരും പുതിയ രുചികൾ ഉണ്ടാക്കുന്നില്ല എന്നാണ് നമ്മുടെ ധാരണ. എന്നാൽ പാചകത്തിൽ ഓരോരുത്തരും വ്യത്യസ്ത രുചികൾ ഉണ്ടാക്കുന്നുണ്ട്. നല്ല പാചകക്കാർ വിവിധതരം വിഭവങ്ങളുണ്ടാക്കി രുചികൾ പുനർനിർമ്മിക്കുന്നു. പത്രമാസികകളിലും ടി വി പരിപാടികളിലും പ്രത്യക്ഷപ്പെടുന്ന പാചകക്കാർ ചലച്ചിത്രതാരങ്ങളെപ്പോലെ പ്രസിദ്ധരാവാറുമുണ്ട്. രുചി ലഭ്യമാകുന്ന സന്തോഷത്തിന്റെ പിന്നിലും തെരഞ്ഞെടുക്കാനുള്ള മനുഷ്യസ്വാതന്ത്ര്യമാണെന്നു കാണാം.

ഓരോരുത്തർക്കും ഓരോതരം രുചിയും രീതിയുമാണെന്നു നമുക്കറിയാം. ഏതുതരത്തിൽ മനുഷ്യനെ നിരനിരയായി നിർത്തിയാലും ബന്ധിപ്പിച്ചാലും ഓരോരുത്തരും അവരവരുടേതായ നിലപാടാണ് സ്വീകരിക്കാനിഷ്ടപ്പെടുക. പലരും അതൊതുക്കിവെയ്ക്കുന്നു എന്നുമാത്രം.

വെള്ളം കിട്ടാനില്ലാത്ത അവസ്ഥയിൽ ദാഹത്തെ നിയന്ത്രിക്കേണ്ടിവരും. വെള്ളം സുലഭമായി ഉള്ളപ്പോൾ ഒരാൾ ദാഹശമനത്തിനു വെള്ളം കുടിക്കുന്നില്ല എന്നാലർത്ഥം അയാൾ കടുംപിടിത്തക്കാരനാണ് എന്നാണ്. ഒരാളോട് അയാളുടെ വിശ്വാസത്തിന്റെ സാംഗത്യത്തെപ്പറ്റി സംസാരിക്കുമ്പോഴറിയാം അയാളുടെ കടുംപിടിത്തങ്ങളും അയവുകളും, അയാൾ അനുഭവിക്കുന്ന സ്വാതന്ത്ര്യവും അസ്വാതന്ത്ര്യവും. ദൈവത്തെ മനുഷ്യർ അറിയുന്നതും കൊണ്ടാടുന്നതും വിശ്വസിക്കുന്നതും പ്രാർത്ഥിക്കുന്നതും അവനവന്റെ ബോധത്തിനും സങ്കല്പത്തിനും അനുസൃതമായാണ്. ഏതുതരത്തിലാണ് ഒരാൾ ദൈവത്തെ സ്വീകരിക്കുന്നത്, അറിയുന്നത്, അനുഭവിക്കുന്നത് ആ തരത്തിൽ അയാൾക്കു ദൈവത്തെ സ്വീകരിക്കാനുള്ള സ്വാതന്ത്ര്യവും അവകാശവും ഉണ്ടാവണം. മതങ്ങൾ ദൈവത്തെ താന്താങ്ങളുടേതു മാത്രമാക്കുന്നു. ക്ലിപ്തപ്പെടുത്തുന്നു.

സ്നേഹം. പ്രേമം, അലൗകികപ്രേമം എന്നിവപോലെ വിശ്വാസത്തിനും തട്ടുകളുണ്ട്. 'വിശ്വാസം' എന്ന ഒന്നാമത്തെ അവസ്ഥയിലാണ് ഒട്ടുമിക്ക യാഥാസ്ഥിതിക മതവിശ്വാസികളും. അതിന് അതിന്റേതായ നിയമങ്ങളും കാർക്കശ്യങ്ങളും നിബന്ധനകളുമുണ്ട്. രണ്ടാമത്തേതിന് നിയമങ്ങളോ കാർക്കശ്യങ്ങളോ നിബന്ധനകളോ ഇല്ല. അവയ്ക്ക് ദൈവികതയുടെയും ഗൂഢാവബോധത്തിന്റെയും സ്പർശവും ഉണ്ടാവും. ഇതിനെയാണ് ആസ്തിക്യം എന്നു വിളിക്കേണ്ടത്. ഇക്കാരണത്താൽ ആസ്തികർ വിശ്വാസികളുമായി പൊരുത്തപ്പെടുന്നില്ല. ആസ്തികർ വിശ്വാസികളെപ്പോലെ കാർക്കശ്യമുള്ളവരല്ല. വിശ്വാസികൾ ഇവരെ അവിശ്വാസികളെന്നു വിളിക്കുന്നു. ദൈവനിഷേധികളെന്നു മുദ്രകുത്തി അകറ്റിനിർത്തുന്നു. ദൈവത്തിന് തന്റെ സൃഷ്ടിയിൽ ഏറ്റവും അടുപ്പം ഇവരുമായാണ് എന്ന കാര്യം ആസ്തികർക്ക് അറിയുകയും ചെയ്യാം.

അതാണവരുടെ ഏക ബലവും. ആസ്തിക്യമുള്ളവരുടെ ഹൃദയം തുറന്നുവെച്ചിരിക്കും. വൃത്തിയുള്ളതുമായിരിക്കും. വൃത്തിയുള്ള പാത്രത്തിൽ മഴത്തുള്ളികൾ വീഴുമ്പോഴാണ് ശുദ്ധമായ വെള്ളം കിട്ടുന്നത്. പാത്രം ശുദ്ധമല്ലെങ്കിൽ ശേഖരിക്കുന്ന ജലവും അശുദ്ധമായിരിക്കും. ശുദ്ധിയില്ലായ്മയ്ക്കു മഴയല്ല കാരണം, സ്വീകരിച്ച പാത്രമാണ്.

ഗൂഢാത്മകത എന്താണെന്നും അതിനുള്ളിലൂടെ തുഴഞ്ഞെത്തുന്ന ഇടം ഏതാണെന്നും അറിയുക എന്നാലർത്ഥം, സത്യത്തിന്റെ അകത്തെത്തുക എന്നുതന്നെയാണ്. എന്നാൽ ഈ സത്യവാന്മാരെ മിക്കവരും അംഗീകരിച്ചില്ല എന്നുമാത്രമല്ല നിന്ദിച്ചും പീഡനമേല്പിച്ചും കൊന്നും പകപോക്കുകയാണു ചെയ്തത്. അവിശ്വാസിയാണെന്ന് മുദ്രകുത്തപ്പെടാതെ ഒരാളും സത്യത്തിന്റെ പാത കണ്ടെത്തിയിട്ടില്ല. ഈ പാതയിലെ വിഘ്നങ്ങളായി തങ്ങൾക്കെതിരെയുള്ള പ്രസ്താവനകളെ അവർ കണക്കിലെടുത്തുമില്ല. സത്യാന്വേഷണത്തിനിറങ്ങുന്ന ഒരാൾ ആ വഴിയിൽ ലഭിക്കുന്ന നല്ലതും ചീത്തയുമായ ഏതൊന്നിനെയും വഴിയിലെ കാഴ്ചകളായും തീർത്ഥങ്ങളായും സ്വീകരിക്കുകയാണ് പതിവ്. അത്തരമൊരു നിലപാടിലെത്താതെ യാത്ര തുടരാനാവില്ല. സത്യവുമായുള്ള ബന്ധപ്പെടലിന് ഉടലല്ല, ഉയിരുള്ള ഉള്ളമാണു പ്രധാനം.

സ്ഥലകാലസങ്കല്പം മാറിമാറിവരികയാണ്. അതിന് ആകൃതിയുണ്ടെന്നുപോലും പറയപ്പെടുന്നു. കാലം ഒരു മിഥ്യയാണെന്നു ചിലർ സമ്മതിക്കുന്നുമുണ്ട്. വാച്ചിലെ സമയം ശരിയായ സമയമല്ലെന്ന്, ഒരു രാജ്യത്തുനിന്ന് മറ്റൊന്നിലേക്ക് യാത്രചെയ്യുമ്പോഴറിയാം. സമയത്തിന്റെ അപ്പുറത്തും ഇപ്പുറത്തുമായി കഴിയുന്നവർക്കിടയിലൂടെ വലിയ ഘടികാരത്തിന്റെ സൂചി എങ്ങനെ തിരിയുന്നു എന്നതിലും, അജ്ഞേയമായ എന്തോ ഉണ്ട്. അജ്ഞേയമായതിനെ യാഥാർത്ഥ്യത്തിന്റെ കണ്ണാടിയിലൂടെ കാണുക ഇപ്പോൾ സാധാരണമായിവരുന്നു.

ബ്രിട്ടീഷുകാരനായ പീറ്റർ ഹിഗ്സിന്റെ "ദൈവം എങ്ങനെ പ്രപഞ്ചമുണ്ടാക്കി?" എന്ന തിയറി നിരവധി ശാസ്ത്രജ്ഞന്മാർ കൈകാര്യം ചെയ്തു തുടങ്ങിയിരിക്കുന്നു. നോബൽസമ്മാന ജേതാവായ ലയോൺ ലെൻഡർമാൻ (Leon lederman) തന്റെ പുസ്തകത്തിന് *ദൈവകണം* എന്നാണ്(The god particle)പേരിട്ടത്. പീറ്റർ ഹിഗ്സിന്റെ പ്രസ്താവത്തെ ശരിവച്ചുകൊണ്ട് "ഞങ്ങൾ തീർച്ചയായും ഹിഗ്സിന്റെ കണങ്ങളെ കണ്ടുപിടിക്കും" എന്ന ഉറച്ച വിശ്വാസത്തിലാണ് ശാസ്ത്രലോകം. കാലം അതിന്റെ വ്യാപ്തി, തുടക്കം, ദൈവം, പ്രപഞ്ചസൃഷ്ടി, ജീവന്റെ അനന്തസാദ്ധ്യതകൾ, സത്യങ്ങൾ, ഗൂഢാവബോധത്തോടൊപ്പം കൈപിടിച്ചു വളരാൻ വളരെ കുറച്ചു കാലമേ വേണ്ടൂ എന്നു നാം ഈ പഠനറിപ്പോർട്ടുകളിലൂടെ അറിയുന്നു.[16] ശാസ്ത്രം മാറിക്കൊണ്ടേയിരിക്കുന്നു. ഇന്നത്തേതല്ല നാളത്തെ ശാസ്ത്രസത്യം. ഗൂഢവിജ്ഞാനവും യഥാർത്ഥ ആദ്ധ്യാത്മികതയും മാറാതിരിക്കുന്നു. ശാസ്ത്രം ആത്മീയതയുടെ പൊരുളറിഞ്ഞു തുടങ്ങുമ്പോൾ ലോകം ഇതുപോലെയാവില്ല. രൂപമാറ്റം വരി

ല്ലെങ്കിലും ഭാവമാറ്റം വരും. മനുഷ്യരുടെ ഉള്ളിലുള്ള ദീപ്തി ആരോടും അനുവാദം ചോദിക്കാതെ പുറത്തേക്കുവരും. ഇതൊരു കാല്പനിക സങ്കല്പമല്ല. മറിച്ച്, ഉദയാസ്തമയങ്ങളുടെ രഹസ്യമറിഞ്ഞവർ നിരൂപിച്ചരീതി ഇത്തരത്തിലെഴുതാൻ ഈ ഗ്രന്ഥകാരനു പ്രേരണതന്നു എന്നുമാത്രം.

"അന്തർമണ്ഡലത്തിൽ നിന്നു കിട്ടുന്ന ഈ ബൗദ്ധികദീപ്തിയിലാണ്, മറ്റു മനുഷ്യർക്കു സുപ്രാപ്യമല്ലാത്ത വിശ്വാസ സത്യത്തിന്റെ പൊരുളുകൾ ഋഷികൾ കണ്ടുപിടിച്ചത്. ഈ സത്യമാകട്ടെ, അതിനുമുമ്പ് ലോകം ദർശിച്ചിട്ടില്ലാത്തതും, പിന്നീട് അങ്ങിങ്ങ് വിഭിന്ന മതസ്ഥരിൽപ്പെട്ട ചുരുക്കം ചില ശ്രേഷ്ഠാത്മാക്കൾമാത്രം വല്ലപ്പോഴും നേരിട്ടറിഞ്ഞതുമായ സർവ്വൈക്യബോധമാണ്. തങ്ങൾകണ്ട കാഴ്ച, വിശ്വമഹാകവികളെപ്പോലും തോല്പിക്കുന്ന പ്രതിഭോജ്ജ്വലമായ ശൈലിയിൽ വൈദികക്ഷികൾ ആവിഷ്കരിച്ചു തന്നു."[17] അന്തർമണ്ഡലം എന്നത് മറ്റൊരാളെ കാണിച്ചുകൊടുക്കാൻ കഴിയുന്ന ഒന്നല്ല. അവിടെ എന്തൊക്കെയാണുള്ളതെന്ന് അതു പേറുന്ന ആൾക്കു തന്നെ അറിയാൻ കഴിയുന്നില്ല. അറിയാൻ കഴിയുന്നവരാവട്ടെ, അതുമായി സാത്മ്യം പ്രാപിക്കുന്ന ചുരുക്കം ചിലർ മാത്രവും. ഇതാണ് അനുഭവജ്ഞാനം എന്നതുകൊണ്ട് ഉദ്ദേശിക്കുന്നത്. ഇതിനു കാര്യമായി "മനോനാശം" നടത്തണമെന്നുകൂടിയുണ്ട്.

"തന്നിൽ നിന്ന് അന്യമായി മനസ്സെന്ന ഒന്നില്ല എന്ന് ശരിക്കറിയുന്നതാണ് മനോനാശം. അഥവാ മനോനിഗ്രഹം. ഇപ്പോഴായാലും, എപ്പോഴായാലും മനസ്സിന് സ്വന്തമായി നിലനില്പില്ല. ഈ സത്യം നന്നായറിഞ്ഞാൽ ലോകത്തിനോ വ്യവഹാരങ്ങൾക്കോ നമ്മെ ഒന്നും ചെയ്യാനാവില്ല. ജോലികൾ സ്വയം നടന്നുകൊള്ളും."[18]

മൂന്നു പ്രശസ്തരായ മിസ്റ്റിക് വനിതകളിലൂടെ-മീര, തെരേസ, റാബിയ- മനസ്സിലാക്കാൻ ശ്രമിക്കുന്നതും ഭക്തിയിലൂടെ അവർ നേടിയെടുത്ത സ്നേഹബന്ധിതമായ അനുഭവങ്ങളാണ്. പ്രിയപ്പെട്ടവനോടുള്ള ഇവരുടെ ഗാഢബന്ധം അറിയുമ്പോൾ വിശ്വാസമില്ലാത്തവർക്കും ഇവർ നല്കുന്ന ആത്മാർത്ഥതയ്ക്കും ഒരിടം ഹൃദയത്തിൽ കൊടുക്കാതിരിക്കാൻ സാദ്ധ്യമല്ല. ഇവർ നമ്മെ മറ്റെവിടേക്കുമല്ല, ഗൂഢാത്മകതയുടെ ഉദ്യാനത്തിലേക്കാണ് കൂട്ടിക്കൊണ്ടുപോവുന്നത്. ഉദ്യാനപാലകർപോലുമില്ലാത്ത ഇടം. പൂക്കളുടെ സമൃദ്ധി. അവിടേക്കു മാത്രമായി ഒരു കാറ്റും ആ കാറ്റിനു വഹിക്കാൻ മാത്രമായി സുഗന്ധവും. അവിടെ മാത്രം പറക്കുന്ന വർണ്ണത്തുമ്പികളും കിളികളും, അവിടെ മാത്രമുതിരുന്ന നേർത്തമഞ്ഞ്, അവിടുത്തെ പുൽത്തകിടിയിലൂടെ നടക്കുമ്പോഴറിയാനാവുന്ന പ്രതലാന്ദോളനങ്ങളും നൈർമ്മല്യവും അനുഭവിക്കുമ്പോൾ മറ്റൊരു ചിന്ത തലയ്ക്കകത്ത് ഉണ്ടാവുന്നില്ല, ഹൃദയവാതിലുകളിലൂടെ വരുന്ന സ്നേഹപ്രവാഹമല്ലാതെ. അവിടെ എത്തുമ്പോൾ മരണഭയം മാറുകയും, ആത്മാവിന്റെ ഒരിക്കലും അവസാനിക്കാത്ത പ്രയാണത്തെ

സ്വാഗതം ചെയ്യാനാവുകയും ചെയ്യുന്നു. അങ്ങനെ എത്തിയ ഒരവസ്ഥയിൽ ഇരുന്നാണ് റൂമി പാടിയത്:

"മരണമില്ലാത്ത ഒരാത്മാവ് നിങ്ങൾക്കുള്ളപ്പോൾ
എന്തിനാണ് മൃത്യുവിനെ പേടിക്കുന്നത്?
ദൈവികദീപ്തിയിൽ നിറഞ്ഞുനില്ക്കുന്ന നിങ്ങളെന്തിനാണ്
ശവക്കുഴിയിലെ ഇരുട്ടിനെ ഓർത്ത് ആശങ്കപ്പെടുന്നത്?"

സത്യസന്ധതയും പ്രേമവും വിശ്വാസവും ഇല്ലാത്തതുകൊണ്ടുണ്ടാകുന്ന താല്ക്കാലിക വികാരമാണ് ഭയം. പ്രേമത്തിന്റെ അഗ്നിയിൽ വീണുകഴിഞ്ഞാൽ ഭയം നശിക്കുന്നു. പ്രേമത്തിലകപ്പെട്ട കാമുകീകാമുകന്മാർ ഏത് പെരുമഴയത്തും കാറ്റത്തും ഇടിമിന്നലിലും സംഗമിക്കുന്നത് എല്ലാത്തിനും മീതെ ധൈര്യമായി പ്രേമം നിലനില്ക്കുന്നതുകൊണ്ടാണ്. കാല്പനിക പ്രേമത്തിന് അത്രയെങ്കിലും ചെയ്യാനാവുമെങ്കിൽ വിശ്വപ്രേമത്തിന് അതിലുമെത്രയോ ചെയ്യാനാവും. മഹാരുചിയുടെ അടുത്തുപോലും എത്തുന്നില്ലെങ്കിലും കാല്പനിക പ്രേമം ചെറിയൊരു രുചി തരുന്നുണ്ട്. ഈ രണ്ടവസ്ഥകൾ- കാല്പനികപ്രേമവും വിശ്വപ്രേമവും -നമുക്ക് താരതമ്യം ചെയ്യാൻ കഴിയാത്തവണ്ണം വ്യത്യസ്തതയുള്ളതാണെങ്കിലും ചെറിയ തെങ്ങിൻപാലങ്ങൾ അരുവികൾക്കു മുകളിലൂടെ നടന്നുപോകാൻ നമ്മളുപയോഗിക്കാറുണ്ട്. പലരും ചില പ്രേമകഥകളിലൂടെ സത്യം അറിയിക്കാൻ ശ്രമം നടത്തിയിട്ടുണ്ട്. ഏതുതരം തത്ത്വസംഹിതകൊണ്ട് ഇല്ലായ്മചെയ്യാൻ ശ്രമിച്ചാലും മനുഷ്യഹൃദയങ്ങളുള്ളിടത്തോളം ഭക്തിയും കഥകളും അതിലെ അവസ്ഥകളും നിലനില്ക്കും. ഹൃദയംകൊണ്ട് സംവദിക്കുന്ന ആളുകൾ വീണ്ടും വീണ്ടും പിറവി എടുക്കുന്നു എന്നതാണ് അതിനുകാരണം. ഇതു സ്രഷ്ടാവുതന്നെ ചെയ്യുന്ന കാര്യവുമാണ്. സമതുലിതാവസ്ഥ ഇല്ലാതായിപ്പോയാൽ ഭൂമി വരണ്ടുപോകും. സ്നേഹത്തിന്റെ ജൈവകാന്തികപ്രവാഹം അടഞ്ഞുപോയാൽ ഭൂമി മരവിക്കും. സ്വാതന്ത്ര്യത്തിന്റെ കുളിർക്കാറ്റ് ചെറുതായെങ്കിലും വീശിയില്ലെങ്കിൽ എന്നും ചൂട്കാറ്റ് മാത്രമേ ഉണ്ടാവൂ. കരിയിലകളാൽ ഭൂമി നിബിഡമായിപ്പോകും. ഇതൊക്കെ അറിയാവുന്ന പ്രകൃതിയുടെ ജാലവിദ്യക്കാരനായ സ്രഷ്ടാവ് എല്ലാം തുലനം ചെയ്യുന്നു. ഈ അറിവുണ്ടാവുമ്പോഴാണ് നാം ഭൂമിയുടെ സംഗീതത്തെക്കുറിച്ച് അറിയുന്നത്. ഒരു താളക്രമത്തിലാണ് ഭൂമിയിലെ സർവ്വചരാചരങ്ങളും നീങ്ങുന്നത്. മഹാനഗരങ്ങളിലെ ആൾക്കൂട്ടവും വാഹനങ്ങളും പുഴയിലെ ഓളങ്ങളും കടലിലെ തിരകളും കടലിന്റെ ശാന്തതയും ഗഹനതയും അതിലെ അനേകലക്ഷം ജീവികളും ഈ താളത്തിലാണ് നീങ്ങുന്നത്. വൃക്ഷങ്ങളും ചെടികളും പുൽക്കൊടികളും വർണ്ണഭംഗിയുള്ള പുഷ്പങ്ങളും അതിശോഭയുള്ള പക്ഷികളും കായ്കളും ഫലവർഗ്ഗങ്ങളും മേഞ്ഞുനടക്കുന്ന മൃഗങ്ങളും എല്ലാമെല്ലാം മഹത്തായ സംഗീതത്തിന്റെ താളത്തിനനുസരിച്ചാണ് ചലിക്കുന്നത്. അവയ്ക്കതിനാൽ ആക്ഷേപങ്ങളില്ല. അമിതമായ ആഗ്രഹങ്ങളോ, കൂട്ടിവയ്പുകളോ ഇല്ല. സഹജാവബോധം അവർക്ക്

സംഗീതനിബദ്ധമായ തുലനാവസ്ഥ പ്രദാനം ചെയ്യുന്നു. അവ ജനിക്കുന്നു, ഇണചേരുന്നു, ജീവിക്കുന്നു, മരിക്കുന്നു. ആരും കരയുന്നില്ല.

മനുഷ്യൻമാത്രം ആ മഹാസംഗീതത്തിന്റെ രാഗതാളങ്ങളിൽനിന്ന് മാറി അപസ്വരമുണ്ടാക്കുന്നു. അതിനപ്പുറം കടന്ന് സംഗീതം നിഷിദ്ധമാണെന്നുകൂടി വിളംബരം ചെയ്യുന്നു. ഈ നിഷേധാത്മകത മറ്റു പ്രകൃതിവിരുദ്ധപ്രവർത്തനങ്ങളെപ്പോലെ അപകടകരമാണ്. ജന്മങ്ങൾ വ്യർത്ഥമായിത്തീരുന്നതിന് ഈ നിഷേധം വഴിയൊരുക്കുന്നു. ഈ വിളംബരക്കാരിൽ മുഴുവനാളുകളും സ്വന്തം അമ്മയുടെ താരാട്ടുപാട്ടുകേട്ടാണ് ഉറങ്ങിയിരുന്നത് എന്ന് ഓർക്കുന്നില്ല.

സംഗീതം ആത്മാവിന്റെ കീർത്തനവും അന്തർ ദാഹശമനത്തിനുള്ള ജലവുമാണെന്ന് ജ്ഞാനികൾ എത്രയോ പ്രാവശ്യം പറഞ്ഞു. അറിവില്ലായ്മയാണ് സംഗീതനിഷേധത്തിന് ഒരു പ്രധാന കാരണം. ഭാഷയുപയോഗിച്ചാണ് സംഗീതനിഷേധം ഇവർ നടത്തുന്നത്, നിഷേധം നടത്താനുപയോഗിച്ച ഭാഷ വികാസം പ്രാപിച്ചത് സംഗീതത്തിലൂടെയാണെന്ന് അവർ ഓർക്കുന്നില്ല. സംഗീതസാന്ദ്രമായ കവിതകളിലൂടെ ദൈവികപ്രേമത്തെ മനോഹരമായി അവതരിപ്പിച്ച മീരയും തെരേസയും റാബിയയും കവിതകളെഴുതുകയായിരുന്നില്ല. കവിതയെന്ന മാധ്യമത്തിലൂടെ മാത്രമേ അവർക്ക് ദൈവികപ്രേമത്തെ അറിയിക്കാൻ കഴിഞ്ഞിരുന്നുള്ളൂ. ദൈവസന്നിധിയിൽ അവർ അവരുടെ പ്രേമം മുഴുവനായി അർപ്പിച്ചു. അർപ്പണം വലിയൊരു തീരുമാനമാണ്. മറ്റെല്ലാറ്റിനെയും മാറ്റിമറിക്കുന്ന വലിയ തീരുമാനം. ഒരവസ്ഥയിലെത്തി അർപ്പണം നടത്തിക്കഴിഞ്ഞാൽ അതുവരെ തുഴഞ്ഞ തോണി കരയിലെത്തുന്നു. കരയിലെത്താനായി തുഴഞ്ഞതാവില്ല. എന്നാൽ തോണി ഒരു കരയ്ക്കെത്താതിരിക്കില്ല എന്ന് തുഴയുന്ന ആൾക്കും തോണിക്കും പുഴയ്ക്കുമറിയാം;തുഴയ്ക്കും. അതിനാൽ തുഴ ആ തോണിയെ നയിക്കുന്നു. ഇതിന് അയാളെ ഓളങ്ങളും ഗന്ധങ്ങളും വെള്ളത്തിന്റെ സമൃദ്ധിയും സഹായിക്കുന്നുണ്ട്. കര കാത്തുനില്ക്കുന്നുണ്ട് എന്ന അറിവ് എത്തുമെന്ന വിശ്വാസത്തിന് ദൃഢത നല്കുന്നു. മാത്രവുമല്ല തുഴ ആ വഴിക്കു മാത്രമേ തോണിയെ നയിക്കൂ. ഈ തുഴയാണ് ആദ്ധ്യാത്മികയാത്രയിൽ ഒരാൾക്കു ലഭിക്കുന്ന വഴികാട്ടി. ഒരാൾക്ക് ഒറ്റൊരാളെ വഴികാട്ടിയായി കിട്ടുക എന്നതിനർത്ഥം, അയാൾ കരയിലെത്താൻ തുടങ്ങുന്നു എന്നാണ്. കതിര് തിങ്ങിനിറഞ്ഞ വയലിനു മുകളിലൂടെ പറക്കുന്ന പക്ഷി, തനിക്ക് അർഹമായ ഒരു നിറകതിര് കടിച്ചെടുക്കുന്നത് അതിന്റെ സഹജാവബോധം ഉപയോഗിച്ചാണ്. ഒരിക്കലും പക്ഷിക്ക് ഉന്നം തെറ്റാറുമില്ല. ആ നിറകതിരുമാത്രം പക്ഷി എങ്ങനെ കണ്ടെത്തി എന്നാണെങ്കിൽ, ആ കതിരും പക്ഷിയും തമ്മിലുള്ള അജ്ഞാതമായ കരാറും അതിന്റെ പിന്നാമ്പുറവും കണ്ടുപിടിക്കേണ്ടിവരും. ഇതു നമുക്ക് അസാദ്ധ്യവുമാണ്. പ്രകൃതിരഹസ്യങ്ങളുടെ അകത്ത് ഒളിഞ്ഞിരിക്കുന്ന നിഗൂഢതതന്നെയാണ് ചില മനുഷ്യർ പറയാതിരിക്കുന്ന ആന്തരപ്രകൃതിയിലെ നിഗൂഢതയും. ഇതിനെ നിഗൂഢ

ശാസ്ത്രം എന്നു വിളിക്കാറുണ്ട്. പ്രകൃതിയുടെ സംഗീതം ശ്രവിക്കാനുള്ള കഴിവുകാണുമ്പോൾ, ഈ നിഗൂഢജ്ഞാനികൾ എല്ലാം ശ്രദ്ധാപൂർവ്വം അറിയാൻ കെല്പുള്ളവരാണെന്ന് നമ്മളറിയുന്നു. പ്രകൃതിയും സംഗീതവും തമ്മിലുള്ള നിഗൂഢമായ ആത്മബന്ധം തന്നെയാണ് മനുഷ്യനും ദൈവികതയും തമ്മിലുള്ള ബന്ധവും. അവ തമ്മിൽ ഭയമുളവാക്കുന്ന ഒരു ബന്ധമില്ല എന്നതിനാൽ മനുഷ്യനും ദൈവവും തമ്മിലും ഭയം ജനിപ്പിക്കുന്ന ഒരു ബന്ധം ഇല്ല എന്നതും ഉറപ്പാണ്. പ്രകൃതിയും സംഗീതവുംപോലെ, മനുഷ്യനും ദൈവവും തമ്മിൽ ആത്മീയമായ, സ്നേഹബന്ധമേ ഉണ്ടാവൂ. യഥാർത്ഥ പ്രേമേശ്വരൻ പ്രേമിയെ പ്രേമിക്കുന്നു. ഭയപ്പെടുത്തുന്നില്ല. സംഗീതം ഇഷ്ടപ്പെടുന്ന ആ പ്രേമേശ്വരന്റെ കൈയിൽ വടി ഉണ്ടാവില്ല. പുല്ലാങ്കുഴലേ കാണൂ. ബന്ധം മുറിക്കപ്പെട്ട മുളംതണ്ടിന്റെ ആർദ്രനാദമാണ് പുല്ലാങ്കുഴലിലൂടെ മനുഷ്യഹൃദയങ്ങളിലേക്കു കടന്നുചെല്ലുന്നതെന്ന് റൂമിയും പറഞ്ഞു.

മൂന്ന്

"ഫലമില്ലാത്ത മരത്തിൽ ആരും കല്ലെറിയാറില്ല"

- പേർഷ്യൻ സൂഫി കവി സാദി

"ഞാൻ അവൻതന്നെ, അവനാരോ അവൻതന്നെ ഞാനും" എന്നുപറയുന്നതും "ഞാൻ സത്യമാകുന്നു" എന്നു പറയുന്നതും മരണം വരിക്കുന്നതും പുല്ലാങ്കുഴൽ സംഗീതത്തിൽ അലിഞ്ഞുപോവുന്നതു കൊണ്ടാണ്. നിരവധി വാദ്യോപകരണങ്ങൾ നിയന്ത്രിച്ച് ഒരേ താളത്തിലും ലയത്തിലും അവതരിപ്പിക്കുന്ന സംഗീതസമന്വയം തന്നെയാണ് ജീവിതം. ഓരോ വാദ്യോപകരണങ്ങളും വിവിധതരത്തിലുള്ള സംഗീതമാണ് ഉയർത്തുന്നത്. എങ്കിലും, അവയുടെ സമന്വയം നല്കുന്ന നിർവൃതി അനിർവ്വചനീയമാണ്. ജുഗൽബന്ദിയിൽ പങ്കെടുത്ത പ്രശസ്തരായ വാദ്യോപകരണവിദ്വാന്മാരോട് "എന്തു തോന്നി സ്വന്തം ഉപകരണത്തിന്റെ നിർവ്വഹണത്തെക്കുറിച്ച്?" എന്ന ഈ ഗ്രന്ഥകാരന്റെ ചോദ്യത്തിന് എല്ലാവരും പറഞ്ഞത്: "കൃത്യമായി ഓർമ്മയില്ല. ലയിക്കുകയായിരുന്നു" എന്നായിരുന്നു. ഈ ലയനം സംഗീതോപകരണങ്ങളിലൂടെ സംഭവിക്കുന്നതിന്റെ അനേകമിരട്ടിയാണ് പ്രകൃതി സംഗീതവുമായി ലയിക്കുമ്പോൾ നടക്കുന്നത്. എല്ലാം തമ്മിൽ പരസ്പരം കോർക്കപ്പെട്ടിരിക്കുന്നു എന്ന അറിവിലേക്കെത്തണം അതറിയാൻ. ഈ കോർക്കപ്പെടലുകൾ വ്യക്തിബന്ധങ്ങൾക്കു പുറകിലും ഉണ്ട്. ഗുരുശിഷ്യബന്ധങ്ങളിൽ ഇതു ഏറ്റവും ശക്തിമത്തായി അനുഭവപ്പെടുന്നു. ഉദാഹരണങ്ങൾ നിരവധി. ആ ബന്ധങ്ങൾ എങ്ങനെ ഉടലെടുക്കുന്നു എന്നാണെങ്കിൽ പ്രസിദ്ധമായ സെൻ വചനം ഉദാഹരണം:

"എപ്പോൾ അർത്ഥി തയ്യാറാവുന്നുവോ
അപ്പോൾ ഗുരു പ്രത്യക്ഷനാവുന്നു."

നിറകതിരും പക്ഷിയും തമ്മിലേതുപോലെ, എഴുതിവെച്ചിട്ടില്ലാത്ത നിയമപ്രകാരം നടക്കുന്നതാണ് രണ്ടുപേരും കണ്ടുമുട്ടുക എന്നത്. ഇങ്ങനെ കണ്ടുമുട്ടിയ അനേകം കഥകളിലൂടെ കടന്നുപോകുമ്പോൾ രാജ്യങ്ങളുടെ അതിർത്തികൾപോലും പൊളിയുന്നുണ്ട്. ശ്രീ അരബിന്ദോവിനെ കാണാനെത്തി പോണ്ടിച്ചേരിയിൽ സ്ഥിരതാമസമാക്കിയ ഫ്രഞ്ചുകാരി മദറായാലും ശ്രീരമണമഹർഷിയെ കാണാനെത്തിയ പോൾബ്രണ്ടനായാലും മറ്റ് നിരവധി അന്വേഷകരുടെ കാര്യത്തിലായാലും ഇതു കാണാം. "ചെന്നു, കണ്ടു, കീഴടക്കി." അവർക്കൊക്കെ മുമ്പേ കടന്നുപോയ കൃഷ്ണനും ബുദ്ധനും സൗരാഷ്ട്രർക്കും മോസ്സസിനും ജീസ്സസിനും മുഹമ്മദിനും ബഹാഉള്ളക്കും മറ്റനേകം ജ്ഞാനികൾക്കും ഇതിനേക്കാളേറെ സംഭവിച്ചതുമാണ്. ശ്രീവിവേകാനന്ദനും ശ്രീരാമ പരമഹംസരായാലും ജലാലുദ്ദീൻ റൂമിയും അമീർ ഖുസ്രുവും മറ്റനേകരും ഈ കൂട്ടത്തിൽപ്പെടുന്നവർ തന്നെ. ഗുരുശിഷ്യന്മാർ തമ്മിൽ ഉണ്ടാവുന്നബന്ധം വെറും വ്യക്തിബന്ധം മാത്രമാണെന്ന് ഒരിക്കലും കരുതാനാവില്ല. ഒരാത്മാവ് മറ്റേ ആത്മാവിനെ ഉണർത്തിയത് എങ്ങനെയെന്നുകൂടി ഇവരുടെ ജീവചരിത്രത്തിലൂടെ കടന്നുപോവുമ്പോൾ അറിയാനാകും. അവരൊക്കെ തങ്ങളുടെ ഗുരുനാഥന്മാരെ സ്വീകരിച്ച്, ബഹുമാനിച്ച് ഹൃദയത്തിൽ സൂക്ഷിച്ചുവെച്ച രീതി നാം മനസ്സിലാക്കേണ്ടതുമാണ്. മഹത്തായതും സ്നേഹനിർഭരവുമായ ആയിരക്കണക്കിനു കവിതകൾ ഗുരുനാഥന്മാരെ ഓർത്തെഴുതിയതായി ഉണ്ട്. അമീർ ഖുസ്രു തന്റെ ഗുരുവിനെപ്പറ്റി എഴുതി:

"അപരിചിതരായിരുന്ന രണ്ടു ഹൃദയങ്ങൾ യോജിക്കപ്പെട്ടു.
രണ്ടു അന്യർ ഒന്നിക്കപ്പെട്ടു.
സ്നേഹം വന്ന്, പടർന്ന്, ശരീരത്തിലാകമാനമുള്ള ഞരമ്പുകളിൽക്കയറി
രക്തത്തോടൊപ്പം അലിഞ്ഞു.
സ്നേഹം(ഗുരുവിന്റെ) എന്നെ മുഴുവനായും പൊതിയുകയും
ഞാൻ ഇല്ലാതാവുകയും ചെയ്തു.
ഓരോന്നോരോന്നായി എന്റെ എല്ലാ ഭാഗങ്ങളും എടുത്തതിനു ശേഷം എന്റെ ആത്മമിത്രം, എന്റെ ഗുരു, എന്റെ അസ്തിത്വംതന്നെ ഇല്ലാതാക്കി.
ഒരു നാമംമാത്രം നിലനിന്നു.
അവസാനം മനസ്സിലായി. എല്ലാം അവൻ."

പക്ഷി അതിന്റെ കൂടു തുറന്നു പറക്കുന്നു. കൂട്ടിനകത്തായിരുന്നപ്പോൾ തനിക്ക് ചിറകുകളുണ്ട് എന്ന് അത് അറിഞ്ഞിരുന്നു എങ്കിലും പുറത്തൊരു വിഹായസ്സുണ്ട് അവിടെ നിയന്ത്രണമില്ലാതെ പറക്കാം എന്ന് അതിന് അറിവുണ്ടായിരുന്നില്ല. അത് പറക്കാൻ തുടങ്ങുന്നു. ഇഷ്ടമുള്ള മരക്കൊമ്പുകളിൽ തങ്ങാമെന്നും ലോകം മുഴുവൻ തന്റേതാണെന്നും

അത് അറിയുകയും അനുഭവിക്കുകയും ചെയ്യുന്നു. അതിന്റെ നാമം അതിന് മനസ്സിലാവുന്നു. ജന്മം സാക്ഷാത്കരിക്കപ്പെടുകയും.

"ഒരാൾ സാധാരണയായി ജനിക്കുന്നു.

എന്നാൽ യഥാർത്ഥമായി ജനിക്കാൻ അയാൾ മരിക്കണം.

ഈ മരണത്തിന് അയാൾ ആദ്യം ചെയ്യേണ്ടത്, ബോധവാനാകുക എന്നതാണ്."[19]

കണ്ണടച്ചു വെച്ചാണ് അമ്മയുടെ ഗർഭപാത്രത്തൽ നിന്ന് ഭൂമിയിലേക്ക് ജനിച്ചു വീഴുന്നത്. കണ്ണടയ്ക്കുമ്പോഴാണ് മറ്റുള്ള ഇന്ദ്രിയങ്ങൾ കൂടുതൽ പ്രവർത്തിക്കുന്നത്. കണ്ണടച്ചും കാണാം എന്നത് പണ്ടേ മിസ്റ്റിസിസത്തിൽ ഉള്ളതുമാണ്. കണ്ണടച്ചാലേ കാണാനാവൂ എന്നും പറഞ്ഞിട്ടുണ്ട്. അതുകൊണ്ടാണ് എല്ലാ പ്രാർത്ഥനകളിലും കണ്ണടയ്ക്കലിന് പ്രാധാന്യം നല്കിയത്. ഒന്നും കാണുന്നില്ല; എന്നാൽ എല്ലാം കാണുന്നു. കണ്ണടച്ച്, തുറന്ന്, വീണ്ടും കണ്ണടയ്ക്കുമ്പോൾ അകത്തെ വെളിച്ചവുമായാണ് കാഴ്ചയ്ക്ക് ബന്ധം. ചെറിയ ചെറിയ കണ്ണടയ്ക്കലുകളെ മരണമായും തുറക്കലുകളെ പുതുജന്മമായും നിർണ്ണയിച്ച് ജനന മരണങ്ങളെ കണക്കാക്കുക മിസ്റ്റിസിസത്തിൽ സർവ്വസാധാരണവുമാണ്. അതുകൊണ്ടാണ് റഷ്യൻ മിസ്റ്റിക് ജോർജ് ഗുർജീഫ് യഥാർത്ഥമായി ജനിക്കാൻ ആദ്യം മരിക്കണമെന്നു പറഞ്ഞത്. ഈ പ്രസ്താവം ഇന്ത്യയിലെയും പേർഷ്യയിലെയും മറ്റു രാജ്യങ്ങളിലെയും മിസ്റ്റിക്കുകൾ ഗുർജീഫിനു മുമ്പും ഇപ്പോഴും പറയുന്ന കാര്യങ്ങളാണ്. വേറൊരു തരത്തിലും ഇത് പറയാനാവില്ല.

യഥാർത്ഥം എന്നു തോന്നിപ്പിക്കുന്ന അവസ്ഥയിൽനിന്ന് അയഥാർത്ഥം എന്നു തോന്നുന്ന അവസ്ഥയിലേക്ക് നയിക്കുന്ന സംഗതിയായും കണ്ണുതുറക്കലിനെയും അടയ്ക്കലിനെയും വിവക്ഷിച്ചവരും ഉണ്ട്. ഏതാണ് യാഥാർത്ഥ്യം എന്നു തിരയുമ്പോൾ ഒരാളുടെ ബോധാവസ്ഥ ആശ്രയിച്ചിരിക്കും എല്ലാം എന്നാണ് മനസ്സിലാവുക. ഒരു കാര്യം സ്പഷ്ടമാണ്. ഒരാളുടെ ബോധത്തിലെ ചലനങ്ങളും അവസ്ഥകളും ജ്ഞാനങ്ങളും മറ്റൊരാളിൽ നിന്ന് വളരെ വ്യത്യസ്തമായിരിക്കും. എന്നാൽ സ്രോതസ്സ് ഒന്നാകുന്നു. ഒരു പർവ്വതത്തിൽ നിന്ന് പൊട്ടി ഒലിച്ച് ഒഴുകുന്നത് ഉറവയാവാം, അരുവിയാകാം, നദിയാവാം. പർവ്വതം എന്ന ഒന്നുണ്ട് എന്ന് ഈ മൂന്നിനും അറിയാം. ഒഴുകുക എന്നത് ഉറവയുടെയും അരുവിയുടെയും നദിയുടെയും ധർമ്മവുമാണ്. ത്രാണിക്കനുസരിച്ചാണ് ഒഴുക്ക്. ഭൂമിയുടെ കിടപ്പനുസരിച്ചാണ് ഒഴുക്കെന്നും പറയാം. ഇവയൊന്നുമല്ല, കാരണങ്ങൾ മറ്റെന്തോ ആണ് എന്നും പറയാവുന്നതാണ്. എന്നാൽ പർവ്വതത്തിൽനിന്നാണവ ഉത്ഭവിച്ചതെന്നും സാഗരത്തിലാണവ അവസാനിക്കുന്നതെന്നും ഉള്ള ലളിതമായ കാര്യമാണ് ഗൂഢജ്ഞാനത്തിൽ പ്രസക്തം.

"ചിലന്തി സ്വന്തം ശരീരത്തിൽനിന്നും നൂലുണ്ടാക്കി സ്വയം വലനെയ്യുന്നു. മനസ്സ് ഭാവനകളും.... സ്വപ്നങ്ങളാണ് സാങ്കല്പികലോകം

സൃഷ്ടിക്കുന്നത്. നിദ്രയിൽ അതിനെ തന്നിൽത്തന്നെ ഒതുക്കി വയ്ക്കുന്നു. ജീവന്റെ പ്രകൃതമാണത്. ജീവന്റെ അവസ്ഥാത്രയത്തിന് സാക്ഷിയായി വർത്തിക്കുന്ന ചൈതന്യത്തെ ജീവാത്മാവെന്നും അഖിലലോകത്തിലെ സാക്ഷിചൈതന്യത്തെ പരമാത്മാവെന്നും പറയുന്നു."[20]

ജീവിതവും സ്വപ്നവും എത്രകണ്ട് ബന്ധപ്പെട്ടിരിക്കുന്നുവോ അത്രകണ്ട് മായയുമായും ബന്ധപ്പെട്ടിരിക്കുന്നു. ജീവിതത്തിൽ സ്വപ്നത്തിന് കാര്യമായ പങ്കുണ്ട്. സ്വപ്നത്തെ വിപുലീകരിച്ചാൽ അത് ജാഗ്രതാവസ്ഥയിലുള്ള മനോദർശനമായും ബന്ധപ്പെട്ടു കിടക്കുന്നു എന്നറിയുന്നു. ജീവിതത്തിൽ സ്വപ്നം കാണാനുള്ള കഴിവും പ്രാപ്തിയുമില്ലെങ്കിൽ മനുഷ്യരുടെ നില എത്രമാത്രം പരിതാപകരമായിത്തീരുമെന്ന് അറിയാൻ സ്വപ്നം നഷ്ടമായവരുടെ അവസ്ഥ മനസ്സിലാക്കിയാൽ മതി. സ്വപ്നം വലിയൊരു ഭാഗ്യമാണ്. അതാണ് ശരിക്കും ഒരു ശരാശരിക്കാരന്റെ ജീവിതം മുന്നോട്ട് കൊണ്ടുപോകുന്നത്. പാവപ്പെട്ടവനെ ആത്മഹത്യയിൽ നിന്ന് മോചിപ്പിക്കുന്നത്, പണക്കാരനെ പേടിപ്പിക്കുന്നത്, ശാസ്ത്രജ്ഞനെ ഉണർത്തുന്നത്, രാഷ്ട്രീയക്കാരനെ ജനമദ്ധ്യത്തിലേക്കിറക്കുന്നത്. സ്ത്രീകൾക്കു വോട്ടവകാശമോ, കാറ് ഓടിക്കാനുള്ള അധികാരമോ ഇല്ലാത്ത സൗദി അറേബ്യയിൽ ജനിച്ച ഫർയാൽ മസ്റി എന്ന വനിത അമേരിക്കയിൽപോയി തിരഞ്ഞെടുപ്പിൽ പങ്കെടുത്ത് 41 ശതമാനം വോട്ടു വാങ്ങിയ കഥ വിദേശപത്രങ്ങൾ ആഘോഷിക്കുകയുണ്ടായി. അവർ നടത്തിയ അഭിമുഖത്തിൽ പറഞ്ഞത് സ്വപ്നം കാണാനുള്ള കഴിവാണ് അവരുടെ വിജയത്തിനു കാരണം എന്നാണ്.

"അറബ് ലോകത്ത് വരാൻപോകുന്ന മാറ്റത്തിന്റെ സാദ്ധ്യതയിൽ വിശ്വസിച്ചിരുന്നതിനാൽ ഞാനൊരു സ്വപ്നജീവിയായി മുദ്രകുത്തപ്പെട്ടു..."

തന്റെ ഭാവിയാത്രകളെയും ഉദ്ദേശ്യങ്ങളെയും സ്വപ്നംകണ്ട ഫർയാൽ എന്ന യുവതി, തന്റെ സംഭാഷണങ്ങളിലുടനീളം സ്വപ്നങ്ങളുടെ ചിറകിലേറി താൻ നടത്തിയ ജീവിതയാത്രയുടെ കഥകൾ വിവരിക്കുകയുണ്ടായി.[21]

ചില സ്വപ്നങ്ങൾ ഓർമ്മയിൽ നിലനില്ക്കുന്നതുപോലെ കഴിഞ്ഞ ജീവിതത്തിലെ ചില സ്മരണകൾ പുതിയ ജീവിതത്തിലും കടന്നുവരുന്നു, ഓർമ്മയിൽ നില്ക്കുന്നു. മരണാനന്തരം ജീവിതമുണ്ട് എന്നു പറയാത്ത ഒരു മതവുമില്ല. ഇത്തരം അവസ്ഥകളിലൂടെയുള്ള യാത്രയാണ് ജീവിതം എന്നതിനാൽ, അനേകം മരണങ്ങളിലൂടെ ജനിച്ചുകിട്ടുന്ന ഒന്നാണ് ശരിയായ ആദ്ധ്യാത്മിക ജീവിതം എന്നു പറയപ്പെടുന്നു. കടന്നുവന്ന വഴികൾ പലതാവാം. "ദൈവത്തെ കണ്ടെത്താൻ പല വഴികളുണ്ട്. എല്ലാ മതങ്ങളും സത്യങ്ങളാണ്. ലക്ഷ്യത്തിലെത്തുക എന്നതാണ് പ്രധാനം. കല്ലുകൊണ്ടുള്ള പടികളിലൂടെയാവാം. മരപ്പടികളിലൂടെയാവാം. മുളപ്പടികളിലൂടെയും, കയറു പിടിച്ചുമാവാം. മുളന്തടി നിലത്തു കുത്തി ഒരൊറ്റ ചാട്ടവും ആവാം."[22]

ഒരാൾ ദൈവത്തെ പ്രാപിക്കുന്നത് കപട ആദ്ധ്യാത്മികതയിലൂടെയോ ആസൂത്രിത കൂട്ടായ്മയിലൂടെയോ അല്ല. താൻ എന്താണെന്നും ജീവിതത്തെ പൂർണ്ണമായി അറിയുന്നതിലൂടെയുമാണ്. ദൈവത്തെ അറിയാം, വിശ്വാസമുണ്ട്, എന്നാൽ ജീവിതം എന്ന പ്രഹേളികയാണ് മനസ്സിലാവാത്തത് എന്ന സംശയവുമായി ഒരാൾ ഒരു ചൈനീസ് ജ്ഞാനിയെ സന്ദർശിച്ച കഥയുണ്ട്. ജ്ഞാനി ഉത്തരം കൊടുത്തതിങ്ങനെ:

"നിങ്ങൾക്കു ദൈവത്തെ അറിയാമെങ്കിൽ, അതിൽക്കൂടുതലായി ജീവിതത്തെക്കുറിച്ചൊന്നും അറിയാനില്ല. ദൈവം എന്നത് രഹസ്യമല്ലെങ്കിൽ ജീവിതത്തിനും രഹസ്യമില്ല. നിങ്ങൾ ദൈവത്തെ കണ്ടെത്തിയിട്ടുണ്ടെങ്കിൽ ഈ ചോദ്യം ഉണ്ടാവുന്നില്ല, എല്ലാ ചോദ്യങ്ങളും ഇതിനകം അവസാനിക്കേണ്ടതാണ്. ദൈവം അമൂർത്തമായ ഒന്നല്ല, യാഥാർത്ഥ്യമാണ്."[23]

ഒരു ജ്ഞാനിക്ക് മറ്റൊരാളെ വേലികെട്ടി മാറ്റി നിർത്താൻ കഴിയാത്തത്, സത്യത്തെ അറിഞ്ഞതുകൊണ്ടാണ്. ഒരാൾ സാധാരണാവസ്ഥയിൽനിന്ന് സത്യജ്ഞാനാവസ്ഥയിലേക്കു കടക്കുമ്പോൾ അയാൾ പഴയ കുപ്പായം അഴിച്ചുവയ്ക്കുന്നു. സിദ്ധാർത്ഥൻ ബുദ്ധനായതും, നരേന്ദ്രനാഥ് വിവേകാനന്ദനായതും, വെങ്കിടരാമൻ രമണമഹർഷിയായതും, മുകുന്ദലാൽ ഘോഷ് പരമഹംസ യോഗാനന്ദനായതും നിരവധി ഉദാഹരണങ്ങളിൽ ചിലതു മാത്രം. ബോധമുണരുക എന്നാലർത്ഥം ഇപ്പോൾ ഉള്ളത് ഇല്ലാതാവുക എന്നാണ്. കുടഞ്ഞ് കളയുക എന്നാണർത്ഥം. "ഞാൻ" കൂടി മാറ്റിനിർത്തപ്പെടുക എന്നാണ്. ഒരാൾ തീരെ ഇല്ലാതാവുന്നു എന്നല്ല, ഞാനെന്ന ബോധം നിലനില്ക്കെ അഹന്ത നീക്കിക്കളയുന്നു എന്നാണർത്ഥം.

"അഹംവൃത്തിയാണ് എല്ലാ വൃത്തികളുടെയും സാരം. അഹംവൃത്തിയില്ലാതെ, ഞാനെന്ന അഭിമാനമില്ലാതെ മറ്റു വൃത്തികൾക്കു സ്ഥാനമില്ല. അഹംവൃത്തിയുടെ വികസനമാണ് മറ്റു വൃത്തികൾ. ഞാനെന്ന ബോധം ശരീരത്തോടൊപ്പമാണുണ്ടാവുന്നത്. ശരീരം ജഡമായാൽ ശരീരത്തിൽ വ്യാപിച്ച് അതിനെ ഞാനെന്നഭിമാനിപ്പിക്കുന്ന വൃത്തിയുടെ പ്രത്യേക സ്ഥാനം ഏതെന്ന് ആഴത്തിൽ ചിന്തിക്കണം. ആദ്ധ്യാത്മഹൃദയമാണ് അതെന്ന് അപ്പോൾ അറിയാം."[24]

സത്യം എപ്പോഴും ചൂടുള്ളതായി നിലനില്ക്കുന്നു. ഇപ്പോൾ വളരെയധികം പേർ പലവഴികളിലൂടെ സത്യാന്വേഷണ പാതയിലേക്കു കടന്നുവരുന്നതിനു കാരണം ഈ തീജ്ജ്വാലാപ്രകാശത്തിന്റെ അന്തഃപ്രേരണയാലാണ്. സത്യാന്വേഷണപാതയിലിറങ്ങുന്നവർ വ്യക്തികളുടെ നിറങ്ങളോ, ദേശ-ഭാഷാ-വസ്ത്ര വ്യത്യാസങ്ങളോ നോക്കുന്നില്ല. ഒരാളെ സത്യം ആകർഷിക്കുന്നത് അയാളുടെ ഹൃദയവും ഉദ്ദേശ്യവും അറിഞ്ഞുകൊണ്ടാണ്. ഈ അറിയൽ എങ്ങനെ നടക്കുന്നു എന്ന് അയാൾക്കറിയില്ല. ഈ അറിവില്ലായ്മയാണ് ചിലപ്പോൾ അയാൾക്കു

തുണയായി വരുന്നത്. അറിവില്ലായ്മ ഒരു അറിവാണ്. അറിവാണെന്ന് അറിയാത്ത അറിവ്. ഈ ലക്ഷ്യപ്രാപ്തി ലഭിക്കാൻ സത്യത്തിന്റെ പാത വിടാതെ പിടിച്ചിരിക്കണം. "സത്യത്തിന്റെ പാത വിടാതെ പിടിച്ചു നിർത്തുക. ആയിരത്തിൽപ്പരം ആളുകൾ ദൈവാന്വേഷണത്തിനിറങ്ങുമ്പോൾ അതിലൊരാൾ ചിലപ്പോൾ ദൈവത്തെ അറിഞ്ഞാലായി."[25]

മീരയും തെരേസയും റാബിയയും ദൈവത്തോട് അടുത്തതു കാരണം അവർക്ക് പ്രേമത്തിന്റെ ആത്യന്തികമായ ഔന്നത്യത്തിലേക്കെത്താൻ കഴിഞ്ഞു. അവർക്കു മുമ്പും പിമ്പും ഇപ്പോഴും വനിതകൾ ഉണ്ടാവുന്നുണ്ട്. അവർക്കൊക്കെ കൃഷ്ണനോടും യേശുവിനോടും അല്ലാഹുവിനോടും പ്രണയം തോന്നുന്നുമുണ്ട്. എന്നാൽ ഈ മൂവരുമനുഭവിച്ച ആത്മീയാനുരാഗത്തിന്റെ ലഹരി അധികമാർക്കും ലഭിച്ചിട്ടില്ല. അവർ മൂന്നുപേരും ഗൂഢാത്മജ്ഞാനത്തിനു നല്കിയ മഹത്തായ സംഭാവനകൾ ക്ഷതമേല്ക്കാതെ ഇന്നും സത്യാന്വേഷികൾക്കു കരുത്തും ഊർജ്ജവും നല്കുന്നു. അനശ്വരമായി നിലനില്ക്കുന്നു.

അവരൊന്നും മരിച്ചിട്ടില്ലെന്നുപോലും പലതവണ ഇതെഴുതുന്നതിനിടയിൽ സ്വയം തോന്നിയിട്ടുണ്ട്. അവരൊക്ക, ദൈവമേ, എന്റെ കുഞ്ഞുമുറിയിലെ ഏകാന്തതയിൽ ഉണ്ടോ എന്നുപോലും സംശയിച്ചു. അവരുടെ ആത്മസത്തയുടെ പ്രകാശരേണുക്കളുടെ നേർത്ത കണത്തിന്റെ ആയിരത്തിലൊന്ന് ദർശനസുഖമായി അനുഭവപ്പെട്ടെങ്കിൽ എന്ന പ്രാർത്ഥന ഹൃദയതാളം മാറ്റിമറിച്ചിട്ടുണ്ട്. പ്രേമം ഇത്രയും ഗഹനവും ലളിതവും തീക്ഷ്ണവുമാണെന്നും, അത് ദുർബ്ബലമെന്നു തോന്നിക്കുന്ന ശക്തിയാണെന്നും അവർ എന്നോട് ഓതുകയാണെന്ന് പലതവണ നിരീക്ഷിച്ചു. എഴുത്തായി വരുന്ന ഈ അക്ഷരങ്ങൾ എങ്ങുനിന്നോ പെയ്തിറങ്ങുകയാണോ? എഴുതാനുള്ള കൈബലവും മനഃശക്തിയും മഹാശക്തിയുടെ അനുരണനത്തിന് വഴങ്ങുകയാണോ? ശക്തി കൂടുതൽ കിട്ടിയതായി തോന്നിയിട്ടുണ്ട്. നഷ്ടപ്പെട്ടതായും അകത്തെന്തോ പുകയുന്നതായും പുറത്തുനിന്നെന്തോ അകത്തേക്കു കയറുന്നതായും. തല പെരുത്തു വന്നു. എന്നാൽ വേദനയുണ്ടായിരുന്നില്ല, ആഹ്ലാദവും. പകരം പ്രേമത്തിന്റെ ആധി, നിമഗ്നത. എഴുത്തിലൂടെ ഇതൊന്നും അറിയിക്കാനാവാത്ത ദുഃഖം. അർഹനല്ലെന്നറിഞ്ഞിട്ടും പരീക്ഷിക്കരുതെന്ന തേങ്ങൽ. അരുതെന്നു പറയാൻ കഴിയായ്ക. വേണമെന്നും. പുറത്തിറങ്ങി നടന്നു. അപ്പോൾത്തന്നെ തിരിച്ചുവന്നു.

ഇതെന്റെ ചില നിലകൾ. ഇതും ഈ പുസ്തകമെഴുത്തുമായി എന്തു ബന്ധം? ആരാണിതെഴുതിക്കുന്നത്? എന്തിനാണ് ഞാനീ മൂന്ന് മഹദ് വ്യക്തികളെ എന്റെ തണുത്തുറഞ്ഞ ഹൃദയത്തിലെ പ്രേമപാത്രത്തിലിട്ട് സുഗന്ധം നല്കി ഓമനിക്കുന്നത്?

നാല്

"സ്നേഹിച്ചു നമ്മൾ അനശ്വരരാവുക
സ്നേഹിച്ചുതീരാത്തൊരാത്മാക്കളാവുക"

ഒ എൻ വി

പ്രേമത്തിന്റെ സാദ്ധ്യതകളെ വേണ്ടുവോളം ഉപയോഗപ്പെടുത്തിയ കവികളിൽ ഖലീൽ ജിബ്രാനാണ് മുൻപന്തിയിൽ. അദ്ദേഹവും മറ്റു കവികളെപ്പോലെ "എന്നിട്ടും പറയാൻ ബാക്കി കിടക്കുന്നു" എന്നു പറയുകയും ചെയ്തു. അതങ്ങനെയാണ്. പൂർണ്ണമായി അവസാനിപ്പിക്കേണ്ടി വരിക എന്ന അവസ്ഥ പ്രേമത്തിനില്ല. എത്ര കിട്ടിയാലും, പാടിയാലും, പറഞ്ഞാലും, വീണ്ടും ബാക്കി കിടപ്പുണ്ട് എന്ന സ്ഥിതി പ്രേമത്തിന്റെ മഹത്ത്വമാണ്. അതിനു അവസാനമില്ല. ആത്മാവും പ്രേമവുമായാണ് ബന്ധം. ആത്മാവിന്റെ അകത്തെ സംഗീതത്തിന്റെ സത്തയായിക്കിടക്കുന്ന ഈ വികാരം, ഒരാളുടെ മരണശേഷവും നിലനില്ക്കുന്നുണ്ട്. ആത്മാവിന്റെ പ്രകാശമാണ് പ്രണയം. ഇതെത്രകണ്ട് വികസിപ്പിക്കുന്നുവോ അത്രകണ്ട് ഒരാളിലെ പ്രകാശം തെളിയുന്നു. സ്നേഹം മാത്രമായി ഒരാൾ ജീവിക്കുമ്പോൾ അയാൾ പ്രകാശം മാത്രമായിത്തീരുകയാണു ചെയ്യുന്നത്. തലയ്ക്കു ചുറ്റും ദിവ്യമായ പ്രകാശം ഉണ്ടാവുന്നത് ഹൃദയംനിറയെ സ്നേഹം ഉള്ളതുകൊണ്ടാണ്. ശ്രേഷ്ഠം എന്നു വിളിക്കുന്നതെല്ലാം പ്രകാശവുമായി ബന്ധപ്പെട്ടിരിക്കുന്നു. മരണം ഒരു ശരീരത്തിന്റെ അവസാനം മാത്രമാണ്. പ്രകാശത്തിന്റെ അവസാനമല്ല. നശ്വരമായ ശരീരം അവസാനിക്കുമ്പോഴും അനശ്വരമായ സ്നേഹത്തിൽ പൊതിയപ്പെട്ട ആത്മാവ് നശിക്കുന്നില്ല. അത് എവിടേക്കു പോയാലും, തിരിച്ച് മറ്റൊരു ശരീരത്തോടെ വീണ്ടും പിറന്നാലും, ജന്മങ്ങളുടെയും

അനുഭവങ്ങളുടെയും സാക്ഷിയായി സ്നേഹത്തിൽ പൊതിയപ്പെട്ട ആത്മാവാണു ശേഷിക്കുക.

പ്രകാശപൂരിതമായ ഒരാത്മാവ് ഒരിക്കലും കറുക്കുന്നില്ല. കറുപ്പിനെ തീർത്തും മാറ്റിനിർത്തിയാണ് പ്രകാശം ഉണ്ടാവുന്നത്. ഒരാളിൽ സ്നേഹത്തിന്റെ തോത് വർദ്ധിക്കുന്നതിനനുസരിച്ച് ഇരുട്ടിന്റെ അംശം കുറഞ്ഞു വരുന്നു. അങ്ങനെയുള്ള ഒരാളിൽനിന്ന് നമുക്ക് സ്നേഹമല്ലാതെ മറ്റൊന്നും പ്രതീക്ഷിക്കാനോ ലഭിക്കാനോ സാദ്ധ്യതയില്ല. സ്നേഹം തനിയെ ഉണ്ടാവുന്നതല്ല. പ്രകടിപ്പിക്കപ്പെടുമ്പോഴാണ് അതിന്റെ ശക്തി വർദ്ധിക്കുന്നത്. വെളിച്ചം ഒരു പദാർത്ഥത്തിൽ വീഴുമ്പോഴാണ് അതവിടെ ഉണ്ട് എന്നറിയുന്നത്. അതെവിടെനിന്ന് വന്നു വീഴുന്നു എന്നാർക്കുമറിയില്ല. അറിയാൻ താല്പര്യവുമില്ല. വെളിച്ചം തെളിയുന്നു എന്നു മാത്രമറിയാം. പ്രകാശത്തെ സ്വീകരിക്കാത്ത ഒന്നും പ്രകൃതിയിലില്ല. പ്രകാശം നല്ലതാവുമ്പോൾ പ്രകൃതിതന്നെ മയക്കത്തിലാവുന്നു. ഇലകൾ ഇളകാതിരിക്കുകയും പൂവുകൾ വിടരാതിരിക്കുകയും പക്ഷികൾ പാടാതിരിക്കുകയും ചെയ്യുന്നു.

കെട്ടിപ്പടുത്തതെല്ലാം പൊളിച്ചാണ് പലപ്പോഴും പുതിയവ നിർമ്മിക്കുന്നത്. ഈ പൊളിക്കൽ പ്രക്രിയ നടക്കുമ്പോൾ ബന്ധനം ഉണ്ടാവരുത്. ഇതിന് മിക്കവരും ചെയ്ത രീതി തനിച്ചാവുക എന്നതായിരുന്നു. തനിച്ചായവരെ തനിച്ചായവൻ അറിയുന്നു എന്ന് അവരെല്ലാം പറഞ്ഞതുമാണ്. എല്ലാ അനുഭവങ്ങളും വെളിപാടുകളും ബോധോദയങ്ങളും തനിച്ചായ മൗനത്തിന്റെ പൊരുളായിരുന്നു. അനേകമനേകം ഋഷിമാരും മുനിമാരും ആചാര്യന്മാരും ലോകത്തെമ്പാടും ജന്മമെടുത്ത മിസ്റ്റിക്കുകളും സത്യാന്വേഷകരും പ്രവാചകന്മാരും മൗനത്തിന്റെ അർത്ഥവ്യാപ്തിയും ഗഹനതയും സാദ്ധ്യതയും എത്ര കഴിയുമോ അത്രയും അറിയിച്ചു. അതിൽ നിന്നു ലഭിച്ച അനുഭവങ്ങളെ ആദ്ധ്യാത്മികതയുടെ നാഴികക്കല്ലുകളായും സൂചിപ്പിച്ചു. അനുഭവങ്ങൾ ആദ്ധ്യാത്മിക ചങ്ങാത്തമുണ്ടാക്കാൻ ഒരാളെ പ്രാപ്തനാക്കുന്നു. എന്നാലത് മുക്താവസ്ഥയല്ല. അനുഭവങ്ങളിലെ രുചിയിൽ സ്ഥിരമായി അമർന്നുപോയാൽ അടുത്തപടി നഷ്ടമാവുന്നു. മുക്താവസ്ഥയ്ക്ക് രൂപാന്തരീകരണമാണ് നടക്കേണ്ടത്. രൂപാന്തരീകരണം മുക്താവസ്ഥയിലേക്കുള്ള യാത്രയാണ്. അനുഭവങ്ങൾ അതിന്റെ വഴിയിലെ പാരിതോഷികങ്ങളും. പാരിതോഷികങ്ങൾക്കു ആയുസ്സു കുറവാണ്. പാരിതോഷികങ്ങളും അനുമോദനങ്ങളും സ്നേഹം കാണിക്കാനുള്ള അടയാളങ്ങൾ മാത്രമാണ്.

“നിനക്കു നിന്റെ മാർഗ്ഗം, എനിക്കെന്റേതും” എന്ന സനാതനമായ അവസ്ഥയാണ് ഒരാളെ സത്യവാനാക്കുന്നത്. ആത്മീയ ജീവിതം നയിക്കുന്നവനെ അസ്വതന്ത്രനാക്കുന്ന അനേകം ഘടകങ്ങളുണ്ട്. അതിലേറ്റവും പ്രധാനമായതും തീർത്തും ഒഴിവാക്കേണ്ടതുമായ ഒന്ന്, “തന്റേതു മാത്രം ശരി” എന്ന നിലപാടാണ്. ഇത് പരന്നുകിടക്കുന്ന

സത്യത്തെ വേലിയ്ക്കകത്താക്കലാണ്, തടങ്കലിലാക്കലാണ്. ആരംഭ കാലത്തെ ഊഷ്മളത പല മതങ്ങൾക്കും ആത്മീയ പ്രസ്ഥാനങ്ങൾക്കും നഷ്ടമായത് അങ്ങനെയാണ്. മിസ്റ്റിസിസത്തിന്റെ ആരംഭംമുതൽ തുടർന്നുപോകുന്ന രീതി പക്ഷേ, വളരെ കണിശമായിത്തന്നെ പാലിക്കപ്പെടുന്നുണ്ട്. ഇതിലും കള്ളനാണയങ്ങളും പ്രസിദ്ധി കാംക്ഷിക്കുന്നവരും ഇല്ല എന്നല്ല. എന്നാൽ അത്തരക്കാർ വളരെ കുറവാണ്. ഇതിനുള്ള പ്രധാന കാരണം, മിസ്റ്റിസിസത്തിന് സ്ഥാപിത താല്പര്യം, ഭരണഘടന, വരിസംഖ്യ, കെട്ടിടങ്ങൾ, മത്സരങ്ങൾ എന്നിവ ഇല്ല എന്നതാണ്.

“ഞാൻ മിസ്റ്റിക്കാണെന്നാരും വിളംബരപ്പെടുത്താറില്ല. അയാൾക്കതറിയില്ല. അറിയുകയും പറയുകയും ചെയ്യുന്ന ആൾ ആ പേരിന് അർഹനല്ലതാനും. മതങ്ങളിലെ അത്യന്താപേക്ഷിതമായ മൂലപ്രമാണമാണ് മിസ്റ്റിസിസം എന്നതിനാൽ അത് മതത്തിൽ മുഴുവനായി നിറഞ്ഞുനില്ക്കുന്നില്ല. അകത്ത് കാമ്പായി നില്ക്കുന്നതു കാരണം അതാരും കാണുന്നുമില്ല. ഇതുതന്നെ ഒരു മിസ്റ്റിക്കിന്റെയും അവസ്ഥ. അവനതിന്റെ ഭാഗവും അതിൽനിന്ന് വേർപെട്ട് എത്തിയവനും, ജന്മാവകാശമായി തിരയുന്നവനും ആണ്. എല്ലാ നിരാസങ്ങളുടെയും പീഡനങ്ങളുടെയും വേപഥുവിന്റെയും മൂലകാരണവും അതിന്റെ വിച്ഛേദമാണ്. അത് അവന്റെ ജീവിതം മുഴുവൻ നിറഞ്ഞു നില്ക്കാറില്ലെങ്കിലും അതിന്റെ സത്ത അവന്റെ ആത്മാവിലുണ്ട്. ഈ ഒരു ആസ്തിക്യം ഉണ്ടെങ്കിൽ അതുമതി ഒരു ശക്തിയായി പരിണമിക്കാൻ. അങ്ങനെയൊരു ശക്തി ഉടലെടുത്തു കഴിഞ്ഞാൽ ആ ശക്തി പിന്നെ തളരുന്നില്ല. അത് അകത്ത് ഉറച്ചുനില്ക്കുകയും ആ ഉറച്ച അവസ്ഥ അയാളെ മുന്നോട്ട് നടക്കാൻ പ്രാപ്തനാക്കുകയും ചെയ്യുന്നു. അങ്ങനെയാണ് ഒരാൾ സത്യത്തിന്റെ വാതിൽക്കലെത്തുന്നത്. ഏതൊന്നും വാതിൽക്കലെത്തുന്നത് കുറേ പരിണാമങ്ങൾ കടന്നുകൊണ്ടാണ്. ഒരാൾ പ്രസവിച്ച ഉടനെ വലുതാവുന്നില്ല. അതിന് അതിന്റേതായ പ്രക്രിയയുണ്ട്. രണ്ടു ഇണകൾ കണ്ടുമുട്ടുന്നതു മുതൽ ഭ്രൂണമായി, പ്രസവിച്ച്, വളർന്ന്, മരണമടയുന്നതുവരെയും ഈ പ്രക്രിയ തുടരുന്നു. എന്നിട്ടും അവസാനിക്കുന്നില്ല.

പരിണാമങ്ങളിലൂടെയുള്ള യാത്രയാണ് ഒരാളെ വിമോചനത്തിലെത്തിക്കുന്നത്. ഉപയോഗിച്ച് കളങ്കപ്പെടുത്താനുള്ള വാക്കല്ല വിമോചനം എന്നത്. അതിന്റെ വ്യാപ്തിയും സാദ്ധ്യതയും അതിബഹുലമാണ്. സ്വാതന്ത്ര്യവാഞ്ഛയുടെ അടിത്തട്ടിൽനിന്നു തുടങ്ങി, പടിപടിയായി, വഴുക്കലുള്ളതും നനഞ്ഞതുമായ പടവുകൾ താണ്ടി, പുൽമെത്തകളും പുല്ലാഞ്ഞികളും പൂമരത്തണലുകളും സുഗന്ധമായ കാറ്റും അനുഭവിച്ച് അതിവിസ്തൃതമായ തലത്തിലെത്തി വിശ്രമിക്കലാണ് വിമോചനം. ഇത് ഏതെങ്കിലും വാക്കിലൊതുങ്ങുന്നില്ല. ഏതെങ്കിലും തന്ത്രങ്ങളുപയോഗിച്ചോ, കൂടാരങ്ങൾ കെട്ടിച്ചമച്ചോ, സംഘങ്ങൾ ഉണ്ടാക്കി അംഗത്വമെടുപ്പിച്ചോ, മറ്റേതെങ്കിലും തരത്തിലോ എത്താനും കഴിയില്ല. തനിയെ,

ഒരു ബലപ്രയോഗവും നിബന്ധനയും നിർബ്ബന്ധവുമില്ലാതെ, ഏകാകിതമായ അനിർവ്വചനീയതയിൽ നിന്നും സ്വതീരുമാനത്തിൽ നിന്നും ഉടച്ചുകുടഞ്ഞ് തെളിച്ചത്തിലിട്ടുരുക്കി പുറത്ത് വരാനുള്ളതാണ് വിമോചനം. കാര്യകാരണ സഹിതം അക്കമിട്ട് നിരത്തി വരുത്തിത്തീർക്കാനുള്ളതല്ല അത്.

"പ്രപഞ്ചമെന്ന് നമ്മൾ വിളിക്കുന്ന അഖണ്ഡതയിലെ ഒരംശമാണ് ഓരോ മനുഷ്യനും. മനുഷ്യൻ അവന്റെ വികാരങ്ങളെയും ചിന്തകളെയും ബാക്കിയുള്ളവരിൽനിന്നു മാറ്റിനിർത്തി. ഇതുകാരണം, ഒരുതരം മിഥ്യാധാരണ അവന്റെ പ്രജ്ഞയെ ബാധിച്ചു. അവന് അതൊരു തടവറയായി. അത് മനുഷ്യനെ പരിമിതപ്പെടുത്തുകയും വ്യക്തിപരമായ ആഗ്രഹങ്ങളിലേക്കും അടുത്ത കുറച്ചാളുകളെ മാത്രം ഇഷ്ടപ്പെടുന്നതിലേക്കും നയിച്ചു. സ്വയം സ്വാതന്ത്ര്യം കണ്ടെത്തുന്ന അവസ്ഥയാവണം നമ്മുടെ ലക്ഷ്യം. എന്നാൽ മാത്രമേ നമ്മൾ തീർത്ത കാരാഗൃഹത്തിൽ നിന്ന് പുറത്തുകടക്കാനും നമ്മുടെ കരുണാർദ്രമായ വലയം വിശാലമാക്കാനും, പ്രകൃതിയിലെ എല്ലാ ജീവജാലങ്ങളിലേയും സൗന്ദര്യത്തെ ഒന്നായിപ്പുണരാനും നമുക്ക് കഴിയുകയുള്ളൂ."[26]

സമർപ്പണം എന്നതിന് പല അർത്ഥങ്ങളില്ല. ഒന്നേയുള്ളൂ. രണ്ടും ഒന്നാവുക എന്നത്. ഒന്നില്ലാതാവുകയും രണ്ടുംകൂടി ഒന്നാവുകയും ചെയ്യുന്ന അവസ്ഥ. ഇതിനു ഭയമില്ലാതാവണം. സമർപ്പണം എന്നത് ദിവ്യപ്രണയത്തിന്റെ മറ്റൊരു അവസ്ഥയാണ്. സ്നേഹം/ പ്രേമം ദിവ്യപ്രേമമായിത്തീരുന്നത് സമർപ്പണം സംഭവിക്കുമ്പോഴാണ്. ഒരാൾ സമർപ്പണം നടത്തിക്കഴിഞ്ഞാൽ പിന്നെ അയാൾ സമർപ്പിക്കപ്പെട്ട ആൾ അല്ലാതാവുകയാണ്. റൂമി പറഞ്ഞതുപോലെ-"ഞാൻ തീ. നീ വലിയ തീ. ഞാനെന്ന തീ, നീ എന്ന അഗ്നിയിലേക്കിടപ്പെട്ടാൽ പിന്നെ ഒന്നേ ഉള്ളൂ. മഹാഗ്നി." ഇത്തരം അവസ്ഥയിലെത്തുന്ന ഒരാൾക്കു രൂപാന്തരീകരണം സംഭവിക്കുകയും വിമോചിതനാവുകയും ചെയ്യുന്നു. വിമോചിതനാകുന്ന ഒരാളാണ് ചിറകുകളില്ലാതെ പറക്കാൻ തുടങ്ങുന്നത്. മിസ്റ്റിക്കൽ അവസ്ഥ എന്നു പറയുന്നത് ഈ വിമോചനാവസ്ഥയിൽ ഉണ്ടാകുന്ന ജ്ഞാനമടങ്ങിയ തെളിവുള്ള സ്ഥിരതയാണ്. തിരിച്ചുപോക്കില്ല, മുന്നോട്ട് ദൃശ്യമാകുന്ന അവസ്ഥ മാത്രമുള്ള സ്ഥിരനില മാത്രം. അതുകൊണ്ടാണ് ശിർദ്ദിസായി ബാബയും, രമണമഹർഷിയും രാമകൃഷ്ണ പരമഹംസരും മറ്റു നിരവധി മിസ്റ്റിക്കുകളും കാലാന്തരങ്ങളായി പുകഴ്പെറ്റു വാഴുന്നത്. ഇത് അവിരാമമായ ഒരൊഴുക്കാണ്. വിമോചനം എന്തിൽനിന്നാണ് എന്നാണെങ്കിൽ അതെല്ലാറ്റിൽനിന്നും എന്നുത്തരം. എന്നാൽ അത്രയധികം അഗാധമല്ലാതെ നിത്യജീവിതക്രിയകൾ നടത്തിക്കൊണ്ടുതന്നെ മനസ്സിലെ തെളിച്ചം നിലനിർത്താൻ എല്ലാവർക്കും കഴിയുകയും ചെയ്യും.

മിസ്റ്റിക്കൽ അനുഭവങ്ങൾ എന്നത്, ചെറുചെറു അനുഭവങ്ങളുടെ കൂട്ടായ്മയാണ്. ആദ്യാനുഭവങ്ങളെ വളരെ അനുകമ്പാപൂർവ്വം അറിയുകയും പിന്നീടു വരുന്നവയെ സ്വീകരിക്കുകയും ചെയ്യുമ്പോൾ

ലഭ്യമാകുന്ന രുചി ഒരിക്കലും മുറുകെപ്പിടിച്ച് അവസാനമാക്കാനുള്ളതല്ല. വേവുന്ന അരിയിൽ നിന്ന് രണ്ടുമൂന്നെണ്ണമെടുത്ത് അരി വെന്തിരിക്കുന്നു എന്നറിയുന്നതുപോലെയല്ല ഇത്. സ്വയം വേവുമ്പോൾ എങ്ങനെയാണ് അതിൽനിന്ന് ഒന്നോ രണ്ടോ എടുത്ത് നിർണ്ണയിക്കുക? വേണമെങ്കിൽ ദിക്കു തെറ്റാതിരിക്കാനുള്ള ചൂട്ടുവെളിച്ചവുമായി ഒരാളുടെ അനുഭവത്തെ താരതമ്യപ്പെടുത്താം. ശരിയായ വഴിയാണ്, ഞാനുണ്ട് പിന്നിൽ എന്നു പറയുന്ന നല്ല അച്ഛനായും അല്ലെങ്കിൽ സ്നേഹമുള്ള അദ്ധ്യാപകനായും. പഠനത്തിനു പുറപ്പെടും മുമ്പ് പുസ്തകങ്ങൾ കൈയിലുണ്ടാവണമെന്നു പറയുന്നതുപോലെ, യാത്ര പുറപ്പെടും മുമ്പേ എന്തൊക്കെ കരുതണമെന്ന് ധാരണയുണ്ടാകുന്നതു പോലെ ഒരുക്കങ്ങളാണ് ഇടയ്ക്കിടെ വന്നും പോയും കൊണ്ടിരിക്കുന്ന അനുഭവങ്ങൾ. അവ സ്ഥിരമല്ല. സ്ഥിരമാണെന്നു കരുതുകയും അരുത്.

കുഞ്ഞിന്റെ വിശപ്പ് സ്വയമറിഞ്ഞ് പാല് കൊടുക്കുന്ന അമ്മയാണ് യഥാർത്ഥ അമ്മ. കരഞ്ഞാലേ പാല് കിട്ടുകയുള്ളൂ എന്നത് നല്ലവരല്ലാത്ത അമ്മമാരിൽനിന്ന് പഠിക്കുകയും ആപ്തവാക്യമാക്കുകയും ചെയ്തതാണ്. ദൈവം എന്നത് മാതൃസ്നേഹംപോലെ ഒരു സ്നേഹ/പ്രണയാവസ്ഥയാണ്. മാതൃഭൂമിയും, മാതൃഭാഷയും അതിൽനിന്നാണ് ഉത്ഭവിച്ചത്. മാതൃസങ്കല്പം എന്നതിനു വനിതകളുടെ സമ്പർക്കം അല്ലെങ്കിൽ മാതൃശക്തി എന്നും അർത്ഥമുണ്ട്. മിസ്റ്റിക്കുകളുടെയും ആദ്ധ്യാത്മികാചാര്യന്മാരുടെയും ഒപ്പം ഉണ്ടായിരുന്ന സ്ത്രീശക്തികളെ എവിടെ തിരഞ്ഞാലും കാണാനാവും. ബുദ്ധനും യശോദയും, കൃഷ്ണനും രാധയും, യേശുവും മഗ്ദലനമറിയവും, മുഹമ്മദും കദീജയും തുടങ്ങി ഇങ്ങേ തലയ്ക്കൽ ശ്രീരാമകൃഷ്ണപരമഹംസരുടെ കാളീസങ്കല്പത്തിലെ അമ്മയും, ശ്രീ അരബിന്ദോവിനോടൊപ്പമുണ്ടായിരുന്ന മദറും, അനവധി മറ്റ് മഹനീയരായ സ്ത്രീരത്നങ്ങളും ഉദാഹരണങ്ങളാണ്. സ്ത്രീകളിലൂടെ സമ്പന്നമാവുകയും, പൂർത്തീകരണം നടക്കുകയും ചെയ്യുക എന്നത് ആദ്ധ്യാത്മികവഴിയിലെ സാധാരണ പ്രക്രിയയാകുന്നു.

മീരയും തെരേസയും റാബിയയും ഓരോ വ്യക്തിത്വമായി മിസ്റ്റിക് ചരിത്രത്തിൽ ഒറ്റപ്പെട്ടു നില്ക്കുമ്പോഴും അവർ വ്യത്യസ്തത പുലർത്തുന്നു. ഒരു ചരടിൽ കോർത്ത മൂന്നു മനോഹരപുഷ്പങ്ങൾ. ഇതിലേത് ചുവപ്പ്, പച്ച, നീല, മഞ്ഞ, വെളുപ്പ് എന്നില്ല. എല്ലാവർക്കും എല്ലാ നിറവും ഉണ്ട്. എല്ലാ നിറത്തിലും അവരുണ്ട്.

സംഗീതത്തെ അവരറിഞ്ഞു. കവിതകളെ അവർ സമ്പുഷ്ടമാക്കി. ഹൃദയങ്ങളെ അവർ പ്രേമസമൃദ്ധിയിലൂടെ അലിയിച്ചു. അവരെ അറിഞ്ഞ ഹൃദയങ്ങൾ അവരിൽ അലിയുകയും. അവരെ അറിയാനും അറിഞ്ഞവ അറിയിക്കാനും ആളുകളുണ്ടായി. അതുവഴി സ്നേഹനീരോട്ടങ്ങളുണ്ടായി. അവ ചാലുകൾ സൃഷ്ടിക്കുകയും ഓരോ നീർച്ചാലിലൂടെയും ഒഴുകിപ്പടർന്ന് അവർ ഹൃദയങ്ങളുമായി സംവാദം നടത്തുകയും ചെയ്തു. അവർ പാടിയതും പറഞ്ഞതും ആ അമൃതവാഹിനികളിലെ ഓരോ

തുള്ളിയും ഏറ്റുപാടി. വരാനിരിക്കുന്ന മേഘങ്ങളിലെ നീർത്തുള്ളികളിൽ അവരുടെ ഗീതകങ്ങളുടെ അംശം കലരുകയും ചെയ്തു. അവരുടെ പ്രേമപരവശതയിലെ നെടുവീർപ്പുകളും ആധിയും തേങ്ങലുകളും കൂടിച്ചേർന്നാണ് മേഘങ്ങളുണ്ടായത്. ആ മേഘങ്ങളിൽനിന്ന് വർഷമായി ഭൂമിയിൽപ്പതിക്കുന്നവ അതുകൊണ്ടുതന്നെ കുളിർമ നല്കുകയും ചെയ്യുന്നു. ഇതൊരനുസ്യൂതമായ പ്രവാഹമാണ്. മഴത്തുള്ളികൾ മേഘങ്ങളാവുകയും മേഘങ്ങൾ മഴത്തുള്ളികളാവുകയും ചെയ്യുക എന്ന പ്രക്രിയ. നദിയും അരുവികളും മഴത്തുള്ളികളെ ഒഴുക്കുള്ളതാക്കിത്തീർക്കുന്നു. നിതാന്തമായ ഈ ഒഴുക്കാണ് മിസ്റ്റിസിസം.

ലോകചരിത്രത്തിൽ എല്ലാ ഇതിഹാസ സ്ത്രീ-പുരുഷന്മാർക്കും സംഭവിച്ച ഒരു കാര്യം അവരുടെയൊക്കെ ജന്മദിനങ്ങൾ, ജനിച്ച സ്ഥലങ്ങൾ എന്നിവ ശരിയാംവണ്ണം രേഖപ്പെടുത്തിയിരുന്നില്ല എന്നതാണ്. കാലപരിഗണനയ്ക്കപ്പുറത്താണ് അവരുടെ ജീവിതം എന്നതും, അവർക്കോ അക്കാലത്ത് അവരോടൊപ്പമുണ്ടായിരുന്നവർക്കോ അതിലൊന്നും ശ്രദ്ധയില്ലായിരുന്നു എന്നതും അക്കാലങ്ങളിലെ ചരിത്ര സംഭവങ്ങൾ കൃത്യമായി രേഖപ്പെടുത്താൻ കഴിയാതെപോയി. അവരൊക്കെ സ്വന്തമായി ലഭ്യമായ ദർശനങ്ങളും അനുഭവങ്ങളും അവസ്ഥകളുമായി തനിയെ ജീവിക്കാനാണ് ഇഷ്ടപ്പെട്ടിരുന്നത്. ഇതൊക്കെ മറ്റാരെയെങ്കിലും അറിയിക്കാനുള്ളതാണെന്ന് അവർക്ക് അറിഞ്ഞുകൂടായിരുന്നു. അസാധാരണമായി എന്തെങ്കിലും തന്നിൽ വന്നുഭവിക്കുന്നുണ്ട് എന്നവർ മനസ്സിലാക്കിയില്ല. എല്ലാവരെയുംപോലെ തങ്ങളും ജീവിക്കുന്നു എന്നുമാത്രമാണ് അവർ കരുതിയിരുന്നത്. അന്യരാണെങ്കിൽ അവരുടെ ഉള്ളുണർവ്വിനെക്കുറിച്ച് യാതൊന്നും അറിഞ്ഞതുമില്ല, ഒന്നും അറിയാനാഗ്രഹിച്ചതുമില്ല.

ഉള്ളുറപ്പ് വരാൻ ഉള്ളത്തെ നന്നായി കടയണം. പാല് വേറെ, വെണ്ണ വേറെ എന്നായിത്തീരുമ്പോഴാണ് പാലിൽ വെണ്ണ ഉണ്ടായിരുന്നു എന്ന് നാം മനസ്സിലാക്കുന്നത്. ഉള്ളം കടയപ്പെട്ടതിനുശേഷവും ബാഹ്യവ്യക്തിത്വത്തിൽ കാര്യമായ മാറ്റമൊന്നും ഇവർ കാണിക്കുന്നില്ല. ജനിച്ച ഗ്രാമത്തിലെ ഭാഷതന്നെയാണ് സംസാരിക്കുന്നത്. സംസ്കാരവും അതുതന്നെ. എന്നാൽ ഇവർ ചില സൂചനകൾ നല്കുന്നുണ്ട്. ചില വ്യത്യസ്തതകൾ, ചില ഇടപെടലുകൾ, ചില വ്യംഗ്യാർത്ഥങ്ങൾ. ഈ അവസ്ഥ ജീവിതത്തിലുടനീളം ഭയക്കാതെ, കൂടെകൊണ്ടുനടക്കുന്നതിനാൽ പലപ്പോഴും ഇവർ ജനങ്ങളാൽ ശ്രദ്ധിക്കപ്പെടുകയും ചെയ്യുന്നു. അവരതാഗ്രഹിക്കുന്നില്ലെങ്കിലും.

ഏതു പ്രവാചകനായാലും മിസ്റ്റിക്കായാലും ജ്ഞാനിയായാലും ഈ അവസ്ഥകൾ ഒന്നുതന്നെയായിരിക്കും. ലോകത്തൊരു മഹദ് വ്യക്തിയും തന്റെ ജന്മപൈതൃകത്തെയോ ഭാഷയെയോ സ്വന്തം നാമത്തെയോ നിരാകരിച്ചില്ല. പകരം അവയൊക്കെ മറ്റുള്ളവരെപ്പോലെത്തന്നെ ഉപയോഗിക്കുകയും നിലനിർത്തുകയും സമ്പുഷ്ടമാക്കുകയും ചെയ്തു.

അവർ ഭക്ഷണസമ്പ്രദായം മാറ്റിയില്ല. മറ്റു പരിഷ്കാരങ്ങളും വരുത്തിയില്ല. എന്നാൽ അവരിൽ അധികംപേരും ചില നിയന്ത്രണങ്ങളെക്കുറിച്ച്, മിതത്വത്തെക്കുറിച്ചു പറയാതിരുന്നുമില്ല. "കരയുന്നവനും ദൈവത്തിനുമിടയിൽ മറ്റൊരാളില്ലെന്ന്" പറഞ്ഞ അവർ ദയാനിധികളായിരുന്നു. മറ്റുള്ളവരുടെ സങ്കടങ്ങളറിയാൻ അവർക്കു പ്രത്യേക കഴിവുണ്ടായിരുന്നു. അവർക്കരികിലെത്തുന്നവരുടെ ഹൃദയം സ്നേഹപൂരിതമാവുകയും സമാധാനം കണ്ടെത്തുകയും ചെയ്തു. അവർ മറ്റുള്ളവർക്കുവേണ്ടി ജീവിച്ചു. ജീവിച്ചിരിക്കുമ്പോൾ അവരുണ്ടാക്കാത്ത സംഘങ്ങൾ മരണാനന്തരം മറ്റുള്ളവർ അവരുടെ പേരിലുണ്ടാക്കി. കാലം കഴിയവേ സംഘങ്ങൾ വിഭജിക്കപ്പെട്ടു. സന്ദേശങ്ങൾ ദുർബ്ബലങ്ങളായി. സ്നേഹത്തിന്റെ സ്ഥാനത്ത് ദേഷ്യം നിറഞ്ഞു. കനിവിന്റെ സ്ഥാനത്ത് കഠിനതയും. എല്ലാം മായം ചേർക്കപ്പെട്ടു. ആരെങ്കിലും അവയെ തിരിച്ച് യാഥാർത്ഥ്യത്തിലേക്കെത്തിക്കാൻ ശ്രമിച്ചപ്പോഴൊക്കെ ചിലർ പീഡിപ്പിക്കപ്പെടുകയും വധിക്കപ്പെടുകയും ചെയ്തു. അങ്ങനെ പല മതപ്രസ്ഥാനങ്ങളും ദുർബ്ബലങ്ങളായി. വിശ്വപ്രമാണങ്ങൾ തെറ്റായ വഴിയിലൂടെ നയിക്കപ്പെട്ടു. ഇന്നും അത് തുടരുന്നു. എന്നാൽ എല്ലാ ആദ്ധ്യാത്മിക മത പ്രസ്ഥാനങ്ങളുടെയും ഉള്ളിലെ സത്തയായ മിസ്റ്റിസിസം പോറലേല്ക്കാതെ നിലനിന്നു. അവ പ്രചാരണ പ്രസ്ഥാനങ്ങളല്ലാത്തതിനാൽ ആർക്കും അതിനെ ദുരുപയോഗം ചെയ്യാനായില്ല.

ബുദ്ധദർശനം ബുദ്ധമതമല്ല. മാനുഷികമായ ഊർജ്ജത്തെ വിശ്വശക്തിയുമായി ലയിപ്പിച്ച് നിർവ്വാണാവസ്ഥ പൂകാനുള്ള ദർശനമാണ് അത്. എല്ലാ തിന്മകളിൽനിന്നുമുള്ള മോചനം. അതുവരെ നിലനിന്നിരുന്ന ചെറുതും വലുതും പ്രാകൃതവും സംഘടിതമല്ലാത്തതുമായ ദൈവിക ദർശനങ്ങളിൽ നിന്നും വ്യത്യസ്തമായ ഈ നിർവ്വാണദർശനം ഭാരതീയ സംസ്കാരവുമായി ബന്ധമുള്ളതായിരുന്നു. ചില വ്യക്തികളാലും കൂട്ടത്താലും പെട്ടിക്കകത്താക്കപ്പെട്ടിരുന്ന ദർശനങ്ങളെ ബുദ്ധൻ ജനകീയവല്ക്കരിക്കുകയാണ് ചെയ്തത്. ബുദ്ധനോളം മറ്റൊരാളും ദർശനം ജനകീയവല്ക്കരിച്ചിട്ടില്ല. ഒരു തുറക്കൽ കൂടിയായിരുന്നു ബുദ്ധദർശനം. വരുന്നവർക്കൊക്കെ ലഭ്യം എന്ന അവസ്ഥ. ഓരോ അദ്ധ്യായങ്ങളുടെ അവസാനത്തിൽ നിന്നും മറ്റൊരദ്ധ്യായത്തിലെ തുടക്കത്തിലേക്കുള്ള നീക്കമായി ദർശനങ്ങളെ വീക്ഷിച്ചാൽ ഓരോ ദർശനവും മറ്റൊന്നിന്റെ തുടർച്ചയാണെന്ന് കാണാനാവും. അതുവരെ ആരും പറയാതിരുന്നവയും പറയാൻ മടിച്ചിരുന്നവയും ഭയന്നിരുന്നവയും ബുദ്ധൻ പറഞ്ഞു. എല്ലാവരും മരണം കാണുകയും കരയുകയും ചെയ്തിരുന്നു. എന്നാൽ സിദ്ധാർത്ഥൻ മരണത്തെ തന്റെ ഉണർവ്വിനുള്ള ഉത്തേജനമാക്കി. സിദ്ധാർത്ഥൻ ബുദ്ധനായി. കൊട്ടാരം വിട്ടിറങ്ങാനുള്ള ധൈര്യം സിദ്ധാർത്ഥനെങ്ങനെ ഉണ്ടായി? സിദ്ധാർത്ഥനു മുമ്പും രാജകുമാരന്മാരുണ്ടായിരുന്നുവല്ലോ! എന്തേ സിദ്ധാർത്ഥൻ മാത്രം രാജകുപ്പായമൂരിയെറിഞ്ഞു?

ഒരൊറ്റ ഉത്തരമേയുള്ളൂ:

സിദ്ധാർത്ഥൻ, അദ്ദേഹത്തിന്റെ ദൗത്യം അറിഞ്ഞു. ഉള്ളിലെ തേങ്ങലിന് ഉത്തരം കണ്ടെത്തി. ഉരിയാനുള്ളതും കുടയാനുള്ളതും ഉരിയുകയും കുടഞ്ഞുകളയുകയും ചെയ്തു. അദ്ദേഹം നഗ്നനായി. കുപ്പായമിട്ടു നടക്കുകയും, അവ നല്ല നിറങ്ങളിലുള്ളതാവുകയും ചെയ്യുമ്പോൾ കൂടുതൽ ശ്രദ്ധിക്കപ്പെടുന്നു എന്ന നമ്മുടെ അവസ്ഥയിൽനിന്നു വേറിട്ടതാണ് സിദ്ധാർത്ഥനെ ബുദ്ധനാക്കിയത്. പ്രിയമായ വേഷത്തെ ത്യജിക്കാൻ വേണ്ടത് ധൈര്യമാണ്. ത്യജിക്കാനുള്ള മനക്കരുത്ത് അധികമാർക്കുമുണ്ടാവാറുമില്ല. നഗ്നനാവുക എന്നാലർത്ഥം മൗലികതയ്ക്കുമേൽ പൊതിയപ്പെട്ടവ നിർദ്ദയം നീക്കിക്കളയുക എന്നാണ്.

ഇത്തരക്കാരുടെ വിലാസങ്ങളിലെ അവ്യക്തത, ജനനസമയത്തെ കൃത്യത ഇല്ലായ്മ, ഇവയൊക്കെ കാണിക്കുന്നത് അവരാരും മറ്റാരെയെങ്കിലും വിരിപ്പിൽ കിടന്നിരുന്നില്ല എന്നും, ഇക്കാര്യങ്ങളിലൊക്കെ അശ്രദ്ധവാന്മാരായിരുന്നു എന്നുമാണ്. ചരിത്രത്തിന്റെ കൂടെ നടക്കാതിരിക്കുകയും ചരിത്രം, വളരെക്കഴിഞ്ഞ് അവരുടെ കൂടെ നടക്കുകയും ചെയ്തു.

മീരയുടെയും, തെരേസയുടെയും റാബിയയുടെയും ജന്മദിനങ്ങളോ ജീവിതപരിതഃസ്ഥിതികളോ, കൃത്യമായും വ്യക്തമായും ശരിയാണോ എന്നൊന്നും ഒരിക്കലും മനസ്സിലാക്കാനാവില്ല. എന്നാൽ അവരുടെ ജീവിതം നല്കിയ സ്നേഹപ്രകാശവും ഭക്തിനിർഭരമായ ഊഷ്മളതയും അവരാൽ തുറക്കപ്പെടുന്ന വാതിലുകളിലൂടെ കടന്നുചെല്ലുമ്പോൾ ലഭ്യമാകുന്ന സാധാരണമായ അനുഭൂതികളും മാത്രം മതി ഒരു സത്യാന്വേഷിയുടെ ആദ്ധ്യാത്മികാവസ്ഥയ്ക്കു തണൽ കിട്ടാൻ.

എന്തും നമുക്ക് സ്വീകരിക്കാം, നിരാകരിക്കാം. നമ്മുടെ ബോധമുണരലിനനുസരിച്ചായിരിക്കും നമ്മുടെ തെരഞ്ഞെടുപ്പുകൾ. ആർക്കും അതിന്മേൽ കൈവയ്ക്കാനാവില്ല. എന്നാൽ നിരാകരിക്കുംമുമ്പേ എന്തുകൊണ്ടാണത് താൻ നിരാകരിച്ചത് എന്ന ചോദ്യം ഉള്ളിൽനിന്നുണരണം. എന്നിട്ട് നിരാകരിക്കാം, സ്വീകരിക്കാം. അതാരുടെയും ഇഷ്ടം.

മനുഷ്യനിർമ്മിതിയിലും വളർച്ചയിലും വിട്ടുപിരിയാതെ പ്രയാണം നടത്തുന്ന പ്രേമത്തെ ആർക്കായാലും, ജീവിതത്തിൽനിന്നു നീക്കിനിർത്താനാവില്ല. ഒന്നിനെയെങ്കിലും പ്രണയിക്കാതെ എങ്ങനെയാണ് ഈ ജീവിതം ഒരാൾ അവസാനിപ്പിക്കുക? പ്രേമം ഒരിക്കലും ബാഹ്യമായ സരളതയല്ല. അലങ്കാരമല്ല, സ്തുതിയല്ല. താല്ക്കാലികമായ അനുഭൂതിയുമല്ല. അത് നെഞ്ചിലെ പിടച്ചിലാണ്. അനന്ത സാദ്ധ്യതകളിലേക്കുള്ള പ്രയാണത്തിലെ ആദ്യത്തെ പടിവാതിലാണ് പ്രേമം. അഗാധതയിൽ ഒരാൾക്കു മാത്രമായി കാത്തിരിക്കുന്ന മുത്ത്. വെറുതെ കടന്നുപോകുന്ന തെന്നലിന്റെ കാണാത്ത അടരുകളിൽ അതിന്റെ ചൂളുകളുണ്ട്. ഉരസിരസിക്കുന്ന പച്ചിലകളിൽ, കൊക്കുരുമ്മുന്ന ഇണപ്പക്ഷികളിൽ,

മഴനൂലുകളിലെ നനവിൽ, പുഷ്പദളങ്ങളിൽ.... പ്രകൃതിയിലെമ്പാടും, ഏതൊരു ചൈതന്യത്തിലും പ്രേമമുണ്ട്.

അതുതന്നെയാണ് ദൈവിക പ്രഭയുടെ അകത്തെ കനലും. അതു ജനിക്കുന്നില്ല, അതിനാൽ മരണവുമില്ല. എത്ര ലക്ഷം കവികളും കാമുകീകാമുകന്മാരും എത്ര കോടി വരികൾ എത്രയധികം ഭാഷകളിൽ നനവാർന്ന് എഴുതിയാലും ബാക്കിവരുന്നതാണ് പ്രേമം. എല്ലാ സാദ്ധ്യതകൾക്കുമപ്പുറത്തെ സാദ്ധ്യതയിൽ നിറഞ്ഞുനില്ക്കുന്ന വിശ്വപ്രേമത്തിന്റെ അതിവിശാലതയെക്കുറിച്ച് എന്തെഴുതാൻ?

മീരയും തെരേസയും റാബിയയും അതറിഞ്ഞവർ. അവർ പ്രേമത്തെ പ്രേമിച്ചു. അതിതീവ്രമായി, ആത്മാർത്ഥമായി, ഗാഢമായി. ആ സങ്കല്പസൗകുമാര്യത്തോട് സല്ലപിച്ചു. കാര്യങ്ങൾ പറഞ്ഞു. സങ്കടമുണർത്തി. സ്വകാര്യ ദു:ഖങ്ങളുടെ കെട്ടഴിച്ചു. മറ്റാരെയും തങ്ങളുടെ അവസ്ഥയിലേക്കു ക്ഷണിച്ചുമില്ല. ഇത് മാത്രമാണ് ശരി എന്നു പ്രഘോഷിച്ചുമില്ല. “എനിക്കു തോന്നുന്നതിങ്ങനെ” എന്നുപോലും പറഞ്ഞില്ല. തോന്നുക എന്ന സാധാരണാവസ്ഥപോലും അവർക്കില്ലായിരുന്നു. എല്ലാ അവസ്ഥകളും പ്രിയതമനിൽ അലിഞ്ഞില്ലാതായി. സ്നേഹം എന്ന മഹാപ്രവാഹത്തിൽ അവരെല്ലാം, സ്വന്തം ജീവൻ പോലും അലിയിച്ചു. വെള്ളവും പ്രവാഹവും രണ്ടല്ല എന്ന അവസ്ഥ. അതിനാൽ അവരൊക്കെ തനിച്ചാവുകയും തനിച്ചായവരെ തന്നിലേക്കടുപ്പിക്കുകയും ചെയ്തു. മൗലികമായതും യഥാർത്ഥമായതും ഒന്നേയുള്ളൂ. അതിനാൽ തനിമയുള്ളവർ, അർത്ഥമറിഞ്ഞവർ, തനിയെയാവുന്നു എപ്പോഴും. തനിയെ ആവുമ്പോൾ മാത്രമാണ് തനതിനെ അറിയുന്നത്. അങ്ങനെയുള്ളവർ ഒന്നിലും ചാരിയിരിക്കുന്നില്ല. ചേർന്നിരിക്കുന്നു. ഈ ചേർന്നിരിപ്പ് പ്രിയതമനുമായിട്ടായിരിക്കും. ആ പ്രിയതമൻ സാധാരണ കണ്ണുകൾകൊണ്ട് കാണാൻ കഴിയുന്നവനല്ല. അവൻ അറിയുന്നവനും, അറിയാത്തവനും അടുത്തുള്ളവനും അകത്തുള്ളവനും അമരനും അതിഥിയും ആതിഥേയനും അനാദിയും ആണ്. അവനടുത്തെത്തുമ്പോൾ അജ്ഞാനി ജ്ഞാനിയായിത്തീരുന്നു. ഇരുട്ട് വെളിച്ചമായും, മലകൾ താഴ്വാരങ്ങളായും ഭവിക്കുന്നു. മഞ്ഞുരുകി മല പ്രത്യക്ഷമാകുന്നു. പാട്ടുകാരൻ അപ്രത്യക്ഷനായി പാട്ട് നിലനില്ക്കുന്നു. പതുക്കെ പാടുന്നവൻ പാട്ടായിത്തീരുന്നു. സംഗീതോപകരണങ്ങളില്ലാതെ സംഗീതമുയരുന്നു. കാലുകളില്ലാതെ ചിലങ്കകൾ നൃത്തം ചെയ്യുന്നു. ചെടികളില്ലാതെ പൂവും കാറ്റില്ലാതെ ഗന്ധവും സംഭവിക്കുന്നു. ഈ അവസ്ഥയിലെത്തുമ്പോൾ മീര കൃഷ്ണാർപ്പണ കവിതകളും , തെരേസ യേശുവിന്റെ ഹൃദയമിടിപ്പും, റാബിയ അവരാൽ തീർത്ത പ്രിയതമന്റെ കാലൊച്ചയും അനുഭവിക്കുന്നു. മീര പാടിയതുതന്നെ തെരേസയും റാബിയയും ഭാഷമാറ്റി പാടുന്നു. റാബിയ പ്രേമിച്ചത്രതന്നെ തെരേസയും മീരയും പ്രേമിച്ചു. തെരേസയുടെ നെഞ്ചിലെ ഹർഷോന്മാദം തന്നെയായിരുന്നു മീരയ്ക്കും റാബിയയ്ക്കും.

മൂന്നുപേരും പ്രണയത്തെ പ്രണയിച്ചു. വേർപിരിയാനാവാത്തവണ്ണം അർപ്പണത്തോടെ. പ്രപഞ്ചസത്യം തിരിച്ചറിഞ്ഞ ഒരാൾക്ക് ഒരൊറ്റ കാര്യമേ ചെയ്യാനാവൂ.- ആത്മാർത്ഥമായും, ഭയലേശമില്ലാതെയും പ്രണയിക്കുക. പ്രണയ നിമഗ്നമായ ഹൃദയത്തോടെ ഏതൊന്നിനെ സ്പർശിക്കുന്നുവോ അതെല്ലാം പ്രണയപ്പൊട്ടുകളായിത്തീരുക സ്വാഭാവികം. അതിനാലാണ് ഈ മഹദ്വനിതകൾ തൊട്ടുണർത്തിയ അക്ഷരങ്ങൾക്കു സൗന്ദര്യവും മഹിമയും ചാരുതയും ഉണ്ടായത്.

ശ്രദ്ധാപൂർവ്വം ഇവരെക്കുറിച്ചുള്ള വിവരങ്ങൾ ശേഖരിച്ച് പ്രസിദ്ധീകരിച്ചവയിൽനിന്നു ലഭിച്ച ഊർജ്ജവും മുവ്വരുടെയും പ്രാണേശ്വരന്മാരായ കൃഷ്ണനും യേശുവും അല്ലാഹുവും നല്കിയ കാലവും കൃപയും മാത്രമാണ് ദൗർബ്ബല്യങ്ങളേറെയുള്ള ഈ ഗ്രന്ഥകാരന് ഇങ്ങനെയൊരു വിഷയമേറ്റെടുക്കാൻ ഉണ്ടായ പ്രചോദനം. തുറന്നുവെച്ച ഹൃദയത്തിനകത്തേക്ക്, നന്മനിറഞ്ഞതും സ്നേഹം മാത്രം ഒലിച്ചിറങ്ങുന്നതുമായ അവരുടെ ആന്ദോളനങ്ങൾ കയറിയിട്ടുണ്ടെന്ന വിശ്വാസത്തിൽ പേനയെടുത്തു. വിരലുകൾ ചലിച്ചു. അക്ഷരങ്ങളുടെ അടരുകൾ ഹൃദയത്തിൽ നിന്നൂർന്നുവന്ന് കടലാസിൽ പിറവിയെടുത്തു.

മീരയുടെ കൃഷ്ണനെ എനിക്കറിയില്ല, തെരേസയുടെ യേശുവിനെ ഞാൻ കണ്ടിട്ടില്ല. റാബിയയുടെ പ്രിയപ്പെട്ടവൻ ആരെന്നുപോലും ആരും പറഞ്ഞുതന്നില്ല. മൂവരുടെയും പേരു മാത്രമാണ് തുടക്കംമുതലേ എഴുതിയത്. മീരാബായി എന്ന് എഴുതിയില്ല. സെന്റ് തെരേസയെന്നും റാബിയ അൽ അദവിയ്യ എന്നും. മിസ്റ്റിസിസത്തിൽ ബഹുമാനം സർവ്വപ്രധാനമാണ്. ആ സമ്പ്രദായം ഇവിടെ മറികടന്നോ? എപ്പോൾ അങ്ങനെ സ്വയം ചോദിച്ചുവോ അപ്പോഴൊക്കെ ബോധമുണ്ടായി, നിനക്കിഷ്ടമുള്ളത് വിളിക്കാം. അങ്ങനെ അക്ഷരങ്ങൾ പിറവിയെടുത്തു. നീന്തലറിയില്ല. നീന്തൽ പഠിക്കാൻപോയി ഭയംകൊണ്ട് പിന്തിരിഞ്ഞവനാണ്. ഇവരുടെ പ്രേമസാഗരത്തിലിറങ്ങിയപ്പോൾ അടിയിലടിയിലേക്ക് അവരെന്നെ കൊണ്ടുപോയി. വർണ്ണങ്ങളുടെ തിരകൾ, അതി തീവ്രാഘോഷം. വീണ്ടും താഴേക്ക്, വീണ്ടും വർണ്ണങ്ങൾ, ചുവപ്പ്, പച്ച, മഞ്ഞ, നീല, ഇന്റിഗോ, സ്വർണ്ണനിറം. പിന്നെ അതിവിശാലമായ ശുഭ്രത. വെളുത്ത ഇടം.

വിശാലമായ അകത്തളം. സുഗന്ധം. നിറങ്ങളും സംഗീതോപകരണങ്ങളും ചാമരങ്ങളും നിറഞ്ഞ ഇടം. ഞാനെവിടെ? കടലിന്റെ അഗാധതയിൽ ഞാനെങ്ങനെ എത്തി? നിയന്ത്രണം വിടാറുള്ള കുരങ്ങനായ മനസ്സിന്റെ ചാപല്യത്തിൽ വന്ന പിഴവുകളാവണം ഇതിലെ തെറ്റുകൾ. അവയ്ക്കുത്തരവാദി ഈ എഴുത്തുകാരൻ. നന്മകളുണ്ടെങ്കിൽ അവ തീർത്തും ദൈവത്തിന്റെ മണവാട്ടികൾക്ക്, കാലത്തിന്. ആത്മമിത്രങ്ങൾക്കും.

ഈ പാഥേയം സ്വീകരിക്കുക.

വിവര സൂചിക

1. മീരയ്ക്ക് അഞ്ചുവയസ്സുണ്ടായിരുന്നപ്പോൾ കൃഷ്ണശില്പം നല്കിയത് ഭിക്ഷാംദേഹിയായ റായിദാസ് ആണെന്ന് ചരിത്രകാരനായ ടോഡ് രേഖപ്പെടുത്തിയിട്ടുണ്ട്.
2. അക്ബർ ചക്രവർത്തി മീരയുടെ ഭജനകൾ കേട്ടതായി ചില ചരിത്രകാരന്മാർക്ക് അഭിപ്രായമുണ്ട്. കാലഗണനയനുസരിച്ച് അത് നിഷേധിക്കുന്നവരുണ്ട്.
3. *A Course in Miracles*
4. *ഒരു യോഗിയുടെ ആത്മകഥ*
5. *The Complete works of Chung Tzu*
6. *Mystical Experiences*
7. *Mystical Experiences*
8. *Marget Mead* (1901-1978)
9. *A Sufi masters Answeres*
10. *Spiritual Gita*
11. ഇങ്ങനെ ഒരാൾ തന്നെക്കാണാൻ വരുമെന്ന് ഈസാ സാദാൻ തലേന്ന് സ്വപ്നം കണ്ടിരുന്നു.
12. നമസ്കാരസമയത്ത് മക്കയിലെ കഅബയെ ലക്ഷ്യമാക്കിയാണ് ഒരു മുസ്ലിം പ്രാർത്ഥിക്കുന്നത്.
13. *The Gospel of Sri Ramakrishna*
14. *The Poet and Prophet* - Hazrat Inayat Khan
15. George Gurdjieff
16. *Discover Magazine*- July 2005
17. *തത്ത്വമസി*- സുകുമാർ അഴീക്കോട്

18. *വചനാമൃതം*- രമണമഹർഷി
19. George Gurdjieff
20. *വചനാമൃതം*- രമണമഹർഷി
21. *മാതൃഭൂമി* ആഴ്ചപ്പതിപ്പ്- പി ടി മുഹമ്മദ് സാദിഖ്
22. *ശ്രീരാമകൃഷ്ണ പരമഹംസർ*
23. *Sufi Mysticism* - Hazrat Inayat Khan
24. *വചനാമൃതം*- രമണ മഹർഷി
25. *സ്വാമി വിവേകാനന്ദൻ*
26. *Albert Einstien*

9 789384 445737

Printed by Libri Plureos GmbH in Hamburg, Germany